Đôi Dòng Sông Nước

Vinh Q Tang

Nghĩa Lan Nhân

Lời tựa

'Đôi Dòng Sông Nước' góp nhặt một số bài viết trước đây và hiện tại của tác giả được kết nối xuyên suốt bởi một tấm lòng dành cho quê hương.

Sách không chỉ thể hiện những suy tư và cảm xúc của một người xa xứ, mà có lẽ đâu đó còn phản ảnh được nỗi đau tập thể của một dân tộc phải chịu đựng nhiều biến động triền miên qua các cuộc xung đột và chiến tranh dai dẳng. Những bi kịch đã giáng xuống người dân hiền hòa trong bối cảnh một vùng đất màu mỡ, được thiên nhiên ưu đãi với một hệ sinh thái phong phú và kỳ diệu của vùng châu thổ sông Cửu Long.

Mong những trang sách này có thể mang đến bạn những tiếng vọng quá khứ mà lúc nào cũng dường như văng vẳng bên tai dù bạn đang lưu lạc ở chân trời hay góc bể nào, để cùng ôn lại những giai thoại dân gian được khắc họa bởi những con sông uốn lượn trên dãy đất thân thương hình chữ S bên bờ Thái Bình Dương.

Mục lục

Lời tựa 4

1. Đôi dòng sông nước 6

2. Ngược Dòng Bến Hải 11

3. Sông Thanh Bình 19

4. Câu Cá Bắt Cua 28

5. Theo Vết Chân Xưa 42

6. "Chuột" 51

7. Kiếp bèo trôi 68

8. Tết Hải Ngoại 1976 73

9. Câu cá nước đá 83

10. Nước trôi cuốn áo bà ba 89

Chú thích 95

Tác giả 96

1. Đôi dòng sông nước

Từ thuở xa xưa, từ khi con người biết tìm đến hai bên bờ sông để sinh sống, rồi làng mạc và phố thị theo đó mọc lên, con người đã gắn bó mật thiết với sông. Sông bắt đầu là một đãi ngộ của thiên nhiên, ban cho con người từ ngụm nước mát để uống, gàu nước ngọt để tưới ruộng đồng, tới lớp phù sa mầu mỡ bồi đắp đất đai. Rồi theo dòng thời gian, sông đã đi vào lịch sử con người, vừa là một chứng nhân, vừa góp phần cùng con người viết lên quyển truyện dân gian, đầy những trang bi hài kịch, hào hùng có, tình nghĩa có, thi vị có, nhưng cuồng loạn như thác lũ cũng không thiếu. Sông nước Việt Nam không là một ngoại lệ. Một Bạch Đằng Giang trí dũng, một Hát Giang sĩ khí đã bồi đắp cho bao thế hệ những lớp phù sa nuôi dưỡng ý niềm tự chủ, ý chí quật cường và nghĩa khí hy sinh để bảo vệ một lối sống, một lẽ sống, và một nền văn hoá đã từ lâu là linh hồn của một dân tộc.

Tuy nhiên nếu sông có thể mang người ta lại gần với nhau, thì sông cũng có thể là nguyên nhân của ngăn cách. Những cách trở có thể chỉ có tánh lãng mạn như khi người yêu sang sông, hay có tánh tập quán, như những cạnh tranh mộc mạc truyền thống giữa hai làng ở hai bên bờ sông, nhưng cũng có thể nghiêm trọng đến độ chết người như lịch sử đã cho thấy. Dù gì thì trên hết sông vẫn là một đãi ngộ đặc thù của thiên nhiên. Ở những vùng được thiên nhiên ưu đãi, chứng cớ đó có thể thấy được ở mọi nơi, mọi lúc. Nó có thể ở trong những cái rổ đầy tôm cá, còn lách chách tiếng búng của mấy con tép bạc, mà bạn hàng đang đem ra chợ bán vớt cữ chợ chiều. Hay trong cái lờ mới giở sau cơn mưa, còn lạch chạch tiếng mấy con cá sặt nhảy tìm đường ra. Nó cũng có thể là một con cá trê đang kéo quần cần câu cắm giữa một đêm trăng sao. Hoặc một con cá lóc háo ăn, phóng ra khỏi mặt nước đớp miếng mồi câu rê giữa ban ngày. Người ta còn có thể thưởng thức được sự đãi ngộ của thiên nhiên qua một mâm cơm "thịnh soạn" của bà con dưới xứ đãi bà con trên thành. Từ con cá lóc nướng trui bằng lửa rơm, tới mấy con ốc bưu ở dưới ao mới bắt lên luộc, đem cuốn bánh tráng, chấm mắm ớt. Từ miếng thịt cá sặt ngọt sớt trong tô canh bầu, hay dòn rụm trong dĩa nước mắm tỏi ớt, tới khứa cá lóc làm dịu cái mặn của tô mắm kho để và với rau súng, hay vị béo nhẫn của mấy con cá kèo kho còn giữ nguyên mật, mà có và với bao nhiêu cơm trắng cũng không thấy đủ.

Sông không chỉ hậu đãi người, sông còn tốt với cỏ cây vạn vật. Sông ở hạ nguồn có thể dẫn vào một con rạch tới một cái đầm, là nơi giang sơn của côn trùng, chim chóc, cá tôm, và bao loài thủy thảo. Là những bờ lau sậy, với tiếng dế kêu trong sương khuya, tiếng ếch nhái sau cơn mưa, tiếng huýt sáo của con chim chích choè sau hè, hay tiếng kêu ríu rít inh ỏi của đám chim sẻ mỗi chiều về ngủ trên hàng cây tràm. Là thế giới của bông súng tím, tai bèo xanh, con nhái vàng ngồi chồm hổm. Là con chim thằng chài no bụng đứng trên đầu sào nghểnh mỏ ngắm trời. Người ta cũng có thể tìm thấy dưới ao, bên bóng cây dừa, một đám rong nhuyễn, hay một về bèo cám xanh mơn mởn như mời mọc con cá thia thia đang thập thò, lấp ló dưới ổ bọt nước. Trên bờ mấy con chuồn chuồn con mảnh khảnh như sợi chỉ màu bay trong gió, thấy đó rồi mất đó. Hay một chú chuồn châu to lớn

vằn vện, dáo dác, bay đi bay lại, chẳng bì với mấy con rùa vàng
e ấp trên lá rau nhúc, khoe lớp áo "kiếng" coi thiệt ngộ.

Dòng sông quê hương có thể hiền hoà e ấp bên hàng dừa nghiêng
nghiêng, hay mơ mộng, thì thầm tâm sự thâu đêm với nhánh
"Bần gie con đóm lập loè" (Hương Rừng Cà Mau của Sơn Nam),
nhưng dưới đám lục bình, bên chiếc xuồng tam bản, phía sau
một đồn Tây, tử thần có thể đang chực chờ một tên lính Tây
đang ngồi câu trên xuồng. Một cái nôm từ lòng sông, rẽ đám lục
bình, giơ lên cao, chụp vô đầu người, lôi xuống đáy nước. Dìm
xuống, dìm xuống. Dòng sông im lìm. Một xác người đi vào
lòng sông, theo bao nhiêu nạn nhân của hắn. Dòng sông ưu tư.
Ai xui hai bàn tay chàng trai làng nhuốm máu. Ở nhà, người cha
già ngồi đăm chiêu bên mâm cơm chiều, dõi mắt ra sông chờ
con. Dòng sông lững lờ trôi. Những con người vô phúc của trần
gian, dù là thủ phạm hay nạn nhân, tiếp tục đi vào lòng sông.

"Giặc bố ráp, kẻ chỉ điểm như tử thần trùm kín mặt đầu.
Bác bặt tin ngoài đảo tù, chú mất xác nơi vàm sông,
Nhà lấy ngày đi làm giỗ cúng.
Cha sống sót về, phế liệt cả thân tâm.
Ngoài đồng lộng, có người bị thọc giết,
Tiếng tru hãi tràn cuốn đuối như một nguồn lũ dứt nhanh.
Chiến tranh, mãi chiến tranh rời rã...
Cha gọi dăm lần, biết mất đám con trai."

["Nhà xưa lửa cất ủ", thơ Tô Thuỳ Yên]

Trải qua bao nhiêu nước lớn nước ròng, từ thuở cô lái đò làm
xiu lòng bao chàng trai kháng chiến chống Pháp, đến thời cô lái
đò gác mái chèo theo tiếng gọi kim tiền của đồng đô-la, hình ảnh
người cha già ngồi chờ con trước mâm cơm chiều vẫn còn đó,

tâm sự tuy có khác nhau, nhưng cảnh ngộ vẫn những nỗi nghiệt ngã muôn đời. 'Phải Trời cho tui gặp lại thằng Hai một lần, rồi có nhắm mắt tui cũng cam', một người cha tâm sự bên nhạo rượu để hằng ngày về người con trai lớn của ông đã tập kết ra Bắc từ lâu. Mỗi thế hệ có những nỗi niềm riêng, nỗi đau của thế hệ sau chồng chất lên nỗi đau của thế hệ trước. Người cha trong trường hợp này còn có một "thằng Tư" mà ông rất hãnh diện, làm sĩ quan Quân lực Việt Nam Cộng Hoà. Nhưng ông lại chẳng trách "thằng Út" cứ mỗi tháng đi mua Paris Match và các tuần báo hay nguyệt san Anh Pháp khác, để "tiếp tế" cho một người chú theo Mặt trận Giải Phóng Miền Nam, đang ẩn náu tại một biệt thự xinh xinh, ngay giữa trung tâm thành phố. Còn bản thân người cha, ông lại là một công chức trung kiên từ thời Pháp thuộc.

... Đã một thời trên cây cầu Ngang ở một vùng quê hẻo lánh, mỗi ngày từ khuya, trước khi mặt trời mọc rất lâu, đã có tiếng chân của các bạn hàng hối hả đi nhóm chợ, lẫn tiếng cười nói hồn nhiên, tan loãng trong sương khuya, như xuất phát từ một thế giới tĩnh mịch nào. Tay cầm đuốc, vai quảy gánh, họ đem gà vịt, tôm cá, rau cải, chè xôi ra chợ bán. Bỗng một hôm, đi tới giữa cầu, bạn hàng chợt quăng gánh giỏ bỏ chạy. Bên lan can cầu, cái đầu lâu của ông Trưởng Ấp bị ai bêu hồi nào. Vài ngày sau, trên cùng một lan can cầu, một cái đầu thủ phạm được chưng bày cùng cung cách. Từ đó, mỗi khuya người ta không còn nghe tiếng cười nói của bạn hàng trên cầu, chỉ thấy những ánh đuốc như đám lân tinh chập chờn trong đêm. Nhưng theo thời gian, rồi mọi việc cũng qua đi. Chợ phải nhóm và chợ đã nhóm. Những gì của ngày hôm qua chỉ còn lại trong ký ức của sông, và trong trí tưởng tượng của mấy đứa con nít một dạo bị người lớn hù doạ, chỉ trỏ vào những vết máu thâm đen trên cầu. Nước dưới chân cầu vẫn trôi. Trôi mãi.

Đầu phơi trên cầu, máu nhuộm sông, sông vẫn trôi. Vẫn trôi. Cô lái đò để thương để nhớ, hay cô lái đò gác mái chèo ra đi, dòng sông vẫn trôi. Trôi mãi. Như những biến thiên nhất thời không làm thay đổi được quá trình hình thành thiên niên của sông, những thử thách cay nghiệt, nếu chỉ là những khoảnh khắc vô tình trong dòng lịch sử một dân tộc, cũng không huỷ diệt được trạng thái hài hoà trong nhân gian. Sông tha thứ, người độ lượng...

2. Ngược Dòng Bến Hải

Vào đầu thế kỷ 20 Việt Nam vẫn còn là một thuộc địa của Pháp. Khắp ba miền đất nước từ thành thị tới thôn quê, từ hàng dân dã tới các bậc thức giả không thiếu những gương yêu nước tham gia các phong trào kháng Pháp, qua nhiều hình thức, ôn hòa cũng có mà đối đầu cự địch, một mất một còn với ngoại xâm cũng không thiếu. Một số sĩ phu nhìn qua tấm gương Minh Trị Duy Tân tại Nhựt Bổn trước đó mà hô hào cải cách xã hội để cứu vãn đất nước Việt Nam. Niềm tin nơi sức mạnh của Nhựt Bổn càng lên cao sau ngày cuộc chiến Nhựt-Nga bùng nổ năm 1904, với từng đợt tin chiến thắng của quân đội Nhựt dồn dập dội về Việt Nam từ các chiến trường quốc tế. Nào là 'Hải quân Nhựt bổn đánh chìm hạm đội Nga ở cảng Lữ Thuận', rồi 'Lục quân Nhựt bổn tiến chiếm Phụng Thiên', tới 'Nhựt bổn trên đường thâu tóm Mãn Châu'. Ban đầu nghe 'Nhựt khiêu chiến Nga' tưởng chừng chuyện châu chấu đá xe, vậy mà chỉ một sớm một chiều Nhựt Bổn đánh bại mấy đội hùng binh của Nga từ dưới biển lên tới trên bờ, hết trận này tới trận khác. Sau cùng là 'Nhựt bổn xuất thần tiêu diệt toàn bộ hạm đội Nga' qua một trận hải chiến kinh hồn trên eo biển Đối Mã làm chấn động Năm Châu. Đối với một số phong trào cứu quốc đang tìm các thế lực liên minh giải phóng Việt Nam khỏi ách đô hộ của người Pháp, các thành tích ngoạn mục của một nước Á Châu nhỏ bé đối đầu với một cường quốc Âu Châu rộng lớn chẳng khác nào dầu châm thêm vào ngọn lửa tự tin nơi sức mạnh 'da vàng', và trên thực tế còn là một ngọn gió lớn thổi căng cánh buồm Phong Trào Đông Du, một phong trào vận động gởi thanh niên Việt Nam qua Nhựt Bổn học hỏi cách thức canh tân xứ sở một cách thần kỳ của dân tộc Phù Tang.

Trớ trêu thay 40 năm sau bàn cờ thế sự nhanh chóng đổi thay. Khi Thế Chiến Thứ Hai bùng nổ thì sức mạnh Nhựt Bổn đã trở thành tai họa đối với Á Châu, gót giày của lính Nhựt thay quân Pháp dẫm nát Việt Nam, gieo rắc tang thương khắp mọi miền đất nước. Loạn lạc triền miên. Người dân phải chịu cảnh một cổ hai tròng, thù trong giặc ngoài, gia đình ly tán. Còn lại chăng chỉ là những mảnh đời tan tác trôi dạt bốn phương.

Sau khi Thế Chiến thứ hai chấm dứt, cùng sự bại trận của Nhật Bổn, những tia hy vọng chớm lấp lánh dưới bầu trời Việt Nam. Tuy nhiên, những đám mây đen của thực dân Pháp lại kéo đến, báo hiệu một giai đoạn bất ổn mới.

Dù Nhựt Hoàng đã tuyên bố đầu hàng vô điều kiện sau khi Mỹ thả hai quả bom nguyên tử thiêu hủy hai thành phố lớn Hiroshima và Nagasaki, nhưng không phải tất cả quân Nhật đều rút ra khỏi Việt Nam. Một số vì tinh thần võ sĩ đạo tự mổ bụng theo nghi thức 'Harakiri'. Số còn lại mang tinh thần quốc gia cực đoan, nghi ngờ mức khả tín của tin Nhật bại trận. Ngoài ra họ còn mang lý tưởng Đại Đông Á, chủ trương 'Châu Á thuộc người Á châu' và đã rút sâu vào núi rừng Việt Nam trợ giúp các lực lượng kháng Pháp của người Việt. Các lực lượng rải rác này tuy không đông nhưng xuất hiện cùng một lúc với nhiều thế lực võ trang khác nhau, đang ra mặt tranh giành ảnh hưởng để trám vào khoảng trống quyền lực mà chánh quyền Pháp và quân đội Nhật để lại. Loạn lạc dấy lên khắp nơi, không những do xung đột giữa các bên thù nghịch, mà còn do các tranh chấp chết người xảy ra ngay trong nội bộ một số lực lượng võ trang. Tình hình rối răm càng trở nên phức tạp. Không biết gió sẽ theo chiều nào mà che.

'Mẫu quốc' Pháp thì kiệt quệ vì hậu quả của thế chiến thứ hai. Guồng máy thuộc địa của Pháp ở Đông Dương gần như hoàn toàn sụp đổ sau giai đoạn bị quân đội Nhật khống chế, đặc biệt kể từ sau biến cố 9 tháng 3 năm 1945, ngày Nhật nổ súng đảo chánh Pháp, và sau đó chấp thuận để hoàng đế Bảo Đại tuyên bố Việt Nam đã giành được độc lập. Vì vậy Đồng Minh phải giao phó cho Ăng-lê nhiệm vụ ổn định tình hình Đông Dương, vì quân đội Anh có nhiều kinh nghiệm cai trị thuộc địa tại Á Châu, từ Ấn độ tới Mã Lai, Singapore tới Nam Dương. Thành thử trên bàn cờ thế sự lại có thêm con cờ Ăng-lê.

Tại một quán vắng ở ngoại ô Sài Gòn, một nhóm cảnh sát và công chức ngồi quanh bàn cà phê lo lắng, đoán già đoán non về số phận của mình. Im lặng hơn mọi ngày, ông quản Tư trầm ngâm nói lên nỗi lo của các đồng nghiệp:

- Không biết Ăng-lê có dự tính thay Pháp luôn, và họ muốn làm gì ở đây nữa?

Đội Cừ ngán ngẩm than thân,

- Ờ, mình tiếng Tây nói chưa xong, tiếng Anh lấy đâu ra để làm việc cho mấy xếp Ăng-lê.... Hay còn chết nữa, là nếu họ đem người của họ theo thay mình.

Thầy giáo Hai nửa đùa nửa thật an ủi hai ông lính làm việc cho Pháp:

- Mấy ông an tâm đi, không hề hấn gì đâu. Trong lúc cấp bách dầu sôi lửa bỏng này họ mà thay mấy ông thì lấy đâu ra người giúp họ dẹp ba cái 'loạn sứ quân'.

Ý thầy giáo Hai muốn nói tới các lực lượng võ trang cát cứ ở miền Nam, đang giành dân lấn đất, lập nhiều lãnh địa riêng trên cả nước. Ở Sài Gòn có quân Bình Xuyên, và ở nhiều tỉnh thành từ đông sang tây có các lực lượng giáo phái võ trang thuộc đạo Cao Đài ở Tây Ninh, Hòa Hảo ở Long Xuyên, vân vân. Ngoài ra còn có các băng nhóm du đãng, trong số đó có mấy tay anh chị khét tiếng như Năm Chảng lộng hành ở khu chợ Bến Thành. Ngay trong nội bộ các giáo phái cũng chia năm xẻ bảy. Quân đội Hòa Hảo mặc dù có tướng Trần văn Soái làm tổng chỉ huy, nhưng cũng có bốn tướng dưới quyền hùng cứ mỗi người một nơi. Trong số họ có hai nhân vật lẫy lừng vang tiếng khắp cõi miền Nam, đó là tướng Năm Lửa đặt bản danh ở Cái Vồn, Cần Thơ và tướng Ba Cụt tại Thốt Nốt, Long Xuyên, nổi tiếng ác ôn, nghe đâu từng đâm đinh sắt vô lỗ tai mấy điền chủ không chịu nộp tiền nuôi quân đội của ông ta.

Đội Cừ chưa an tâm, hỏi thầy giáo Hai:

- Nghe nói tướng Soái cũng theo Pháp, phải không Thầy?

- Ờ thì nghe nói ổng đã có thỏa thuận liên quân với đại tá Cluzet.

- Còn bên phía Cao Đài, sắp tới họ định làm gì vậy?

- Tôi cũng chỉ có thể đoán mò thôi. Chuyện của mấy ổng mình đâu biết được.

- Tui sợ thầy quá, lần nào hỏi tới cũng hổng biết. Vậy chứ uống chưa hết ly cà phê là xì ra toàn chuyện động trời.

- Thì như mấy ông biết đó. Trước khi Nhựt đến, lúc Pháp còn mạnh thì có vài thành phần giáo phái võ trang theo Pháp đánh Việt Minh. Khi Nhựt tới thì họ theo Nhựt chống Pháp. Sau cùng Nhựt thua trận, một số theo Việt Minh chống Pháp. Mạnh ai nấy tranh quyền đoạt lợi. Bữa trước liên minh, bữa sau thù nghịch.

Thầy giáo Hai lắc đầu ngán ngẩm nghĩ tới việc mấy con sâu 'sứ quân' làm sầu nồi canh tôn giáo, để lại tai tiếng cho hai tôn giáo lớn ra đời ở miền Nam, xuất phát từ dân gian mang đậm bản sắc dân tộc, rất đáng được trân quý.

Chỉ vài tháng ngắn ngủi sau khi các công chức thắc mắc số phận của họ sẽ ra sao, tình hình trong nước đã quá rõ. Nước Anh quyết định phủi tay khỏi Việt Nam.

Anh và Pháp tuy là hai nước đồng minh, hai láng giềng cách nhau chỉ một eo biển, nhưng lại mang một quá khứ tranh chấp và xung đột dai dẳng, nên chánh phủ Anh đã không thực lòng hỗ trợ nước Pháp củng cố thuộc địa Việt Nam. Trong khi đồng minh Mỹ thì trên căn bản vì lý tưởng tự do, từng giành độc lập từ Anh Quốc, chẳng lẽ nào giờ đây lại giúp Pháp duy trì một thuộc địa ở Á Châu. Sau sáu tháng miễn cưỡng thi hành nhiệm vụ ổn định Đông Dương do Đồng Minh giao phó, quân đội Anh âm thầm rút khỏi Việt Nam.

Chánh quyền thuộc địa Pháp vội vã tái lập, như đứa con bị bỏ chợ phải tự tìm đường sống. Các quan chức Pháp lại giở đủ mánh khóe ma mãnh mà trước đó họ vẫn thường sử dụng, là tạo thế ly gián giữa các phe phái võ trang chống Pháp. Họ mượn tay nhóm này bài trừ nhóm nọ qua nhiều quỷ kế liên minh tạm bợ. Ngoài ra họ còn làm hậu thuẫn cho các nhóm giang hồ khai thác mấy sòng bạc, tiệm hút, và những nơi ăn chơi nổi tiếng khác như một hình thức kinh tài, bổ sung ngân sách nuôi quân.

Bất chấp mọi nỗ lực của Pháp để duy trì quyền lực thuộc địa tại Việt Nam, chưa đầy một thập niên sau, chuyện phải đến đã đến. Pháp đã thất bại hoàn toàn trong trận đánh quyết liệt Điện Biên Phủ vào tháng 5 năm 1954.

Mấy tuần đã trôi qua kể từ ngày Pháp thất trận, Đội Cừ vẫn ăn ngủ không yên, trong lòng bồn chồn lo âu, nếu Pháp quyết định rút quân ra khỏi Việt Nam thì số phận của hắn sẽ ra sao. Sáng nay mặt mày ủ rũ, hắn đạp xe ra quán Xít Tê lấy tuy-dô về cuộc thương thuyết giữa ba bốn bên gì đó, hắn không rõ. Một số cường quốc đang họp tại hội nghị Genève ở Thụy Sĩ nhằm tìm giải pháp chấm dứt chiến tranh Đông Dương. Vừa gặp mặt thầy giáo Hai, chưa kịp chào hắn đã hỏi:

- Có tin gì mới không thầy giáo?

- Nghe nói cũng còn trong giai đoạn thương thuyết.

- Thầy nhắm coi Tây có bỏ Việt Nam không?

- Bỏ thì chắc không bỏ. Nếu Tây muốn phủi tay, họ đã không đề nghị chia hai Việt Nam để mong vớt vát miền Nam. Trên danh nghĩa thì miền Nam sẽ thuộc về chánh phủ Quốc Gia Việt Nam, độc lập dưới sự lãnh đạo của Quốc Trưởng Bảo Đại, nhưng trên thực tế vẫn còn vài sự áp đặt thuộc cơ chế Liên Hiệp Pháp.

- Vua Bảo Đại có đồng ý không?

- Có nhà vua nào muốn thấy lãnh thổ đất nước mình bị chia cắt đâu. Nhưng cũng tội cho ổng, trong hoàn cảnh hiện nay coi như mấy nước lớn đặt đâu mình ngồi đó thôi.

- Họ muốn chia kiểu nào vậy thầy?

- Nghe đồn họ còn đang thương lượng, ba bên bốn phía kỳ kèo bớt một thêm hai vậy mà.

- Tức là lằn ranh phân chia hai miền vẫn chưa được ấn định?

- Nghe nói là chưa, nhưng mỗi bên hình như đã đưa ra lập trường của mình.

- Thầy nghĩ coi Pháp có chịu nhượng bộ không?

- Dù không muốn, cũng phải chịu. Pháp coi như đã phá sản sau Đệ Nhị Thế Chiến và cho tới giờ vẫn chưa ngóc đầu lên nổi. Mặc dù họ có nhận được sự hỗ trợ từ phía Hoa Kỳ để phát triển thời hậu chiến, nhưng họ đã dùng hầu hết số tiền viện trợ để củng cố các thế lực thuộc địa của họ ở khắp nơi từ Phi Châu tới Đông Dương mình. Thành ra ngày nay coi như Pháp đã mất hết mọi lá bài chánh trong tay để thương thuyết.

- Chà, hổng biết rồi mọi chuyện tới đâu đây.

- Tới bữa nay thì nghe phong phanh, lập trường của Pháp là lấy vĩ tuyến 18 làm ranh giới phân chia hai miền Nam Bắc. Tàu thì đề nghị dời lằn ranh xuống hướng Nam một chút tới vĩ tuyến 16, chắc có ý muốn chiếm cố đô Huế của mình. Mấy ông con Trời mà. Còn Việt Minh thì nghe đâu ngấm ngầm vận động đẩy lằn ranh xuống hướng Nam sâu hơn, tới tận vĩ tuyến 13 hay 14 gì đó, chắc là họ muốn nắm Đà Nẵng với Hội An luôn.

Hai ngày sau mọi việc đã ngã ngũ. Ngày 21 tháng 7 năm 1954 Hiệp Ước Đình Chiến đã được tuyên bố tại thành phố Genève của Thụy Sĩ, chánh thức chấm dứt chế độ thực dân Pháp tại Đông Dương. Theo đó vĩ tuyến 17 được ấn định làm lằn ranh tạm thời chia đôi Việt Nam trong thời hạn hai năm, trước khi Việt Nam có thể thống nhứt sau một cuộc tổng tuyển cử. Tuy nhiên thực tế đã dẫn tới một sự chia cắt lâu dài, với hai chánh phủ thù nghịch được thiết lập tại hai miền: Miền Bắc thuộc chánh phủ Việt Nam Dân Chủ Cộng Hòa và Miền Nam thuộc chánh phủ Việt Nam Cộng Hòa. Hai chánh quyền trên danh nghĩa chỉ khác nhau bởi chữ 'Dân chủ' nhưng thực chất là sự khác biệt một trời một vực giữa hai ý thức hệ - Cộng Sản Chủ Nghĩa ở miền Bắc và Tư Bản Chủ Nghĩa ở miền Nam.

Ngoài ra hiệp định Genève còn quy định một thời hạn kéo dài 10 tháng kể từ ngày Việt Nam tạm chia đôi, chánh phủ ở hai miền được an toàn chuyển binh từ mọi vùng về phần đất riêng của mình. Dân chúng cũng được tự do đi lại giữa hai miền trong khoảng thời gian ấn định. Thỏa thuận này đã dẫn tới một cuộc di dân tập thể, đông đảo chưa từng xảy ra trong lịch sử nước Việt Nam. Đó là làn sóng di cư của hàng triệu người dân từ Bắc vào Nam. Và ngược lại, hàng chục ngàn quân dân chiến đấu chống Pháp trong hàng ngũ Việt Minh tại miền Nam trước đây nay 'tập kết' ra Bắc.

Như định mệnh an bài, thêm một dòng sông quê hương trở mình qua đêm đã là một chứng nhân của lịch sử tang thương, gánh chịu nỗi đau chia cắt của một dân tộc ngỡ ngàng nhìn nhau bên đôi bờ. Từ những con suối róc rách bên rặng Trường Sơn hùng vĩ đến hợp lưu đổ ra biển Đông Hải ở Cửa Tùng, con sông Bến Hải đã trở thành vũ khí chia cắt giang san, chỉ vì dòng sông vô tình chảy dọc theo vĩ tuyến 17 mà con người đã chọn làm giới tuyến.

3. Sông Thanh Bình

Những năm tháng loạn lạc dưới thời Pháp thuộc sau cùng rồi cũng qua. Sau khi đất nước bị chia cắt, miền Nam Việt Nam cố gắng xây dựng một quốc gia dân chủ. Những tia nắng xuyên qua các đám mây rải rác còn lưu lại trên vòm trời chớm mở đã mang lại nhiều hy vọng và niềm vui cho nhiều người. Trong số đó có gia đình ông Năm, sống ở Sài Gòn, thủ đô của miền Nam Việt Nam. Ông Năm là một cựu cảnh sát dưới thời Pháp thuộc, và đã tiếp tục công việc của mình với chính phủ mới của miền Nam Việt Nam.

Ông Năm rất quý "cái tủ radio" mà ông mua lại với giá rẻ từ một người lính Pháp có vợ Việt, trước khi hai vợ chồng họ cùng đứa con trai nhỏ phải rời Việt Nam sau khi hiệp định đình chiến ở Đông Dương được tuyên bố tại Genève ngày 21 tháng 7 năm 1954. Ông gọi nó là "tủ radio" vì cái radio được đặt trên một cái tủ đánh vernis màu vàng cao cả thước dùng để đựng máy hát đĩa và đĩa nhạc ở phía bên dưới. Hơn chục năm nay nó ngồi chễm chệ ở phòng khách, dưới cái đồng hồ quả lắc để bầu bạn với ông. Bà Năm thường than phiền, "Tối ngày ổng cứ ngồi ôm cái radio hè."

Mà ổng ôm thiệt. Mỗi lần có tuy-dô rục rịch đảo chánh ông Năm bắt ghế ngồi hàng giờ ngay trước cái tủ radio để đón nghe tin tức, khi thì có vẻ lo âu, sốt ruột, đứng ngồi không yên, khi thì buồn bã, có lúc lại hứng tình đứng bật dậy ôm cái tủ radio ra điệu nhảy đầm với nó, mà có lẽ phần nào là do sự sai khiến của thần Lưu Linh.

Một lần tình cờ trong khoảnh khắc đó bà Năm cầm chổi quét nhà đi ngang, ông ôm chầm lấy bà để thay partenaire (bạn nhảy). Bà Năm ngượng ngùng vùng ra khỏi vòng tay của ông, miệng quở, "Ông này thiệt à, bữa nay mắc chứng gì vậy hổng biết," rồi bẽn lẽn bỏ ra nhà sau.

Cô Thanh con gái lớn của ông lại lo cho ông bị công an bắt, dù là ông từng làm quản cảnh sát dưới hai trào, trước là Pháp và sau là Việt Nam Cộng Hòa, nhưng chuyện thay ngôi đổi chủ mấy lúc sau này xảy ra như cơm bữa, không biết đâu mà lường. Vả lại, mới đây con gái của thầy giáo Hai đã theo lời dặn của mẹ đi thông báo cho các bạn nhậu của ba cô, trong đó có ông Năm, biết ba cô đã bị công an bắt. Ông Năm đã vội vã đem hết sách báo cất trong tủ thờ xưa nay ra bỏ vô một thùng phuy để gần chuồng gà ở phía sau nhà mà đốt, chỉ vì trong đó có một số sách do thầy giáo Hai gởi, mà giờ đây ông không còn phân biệt được cuốn nào là cuốn nào.

Anh Bình con trai lớn của ông Năm sau đó biết được ngồi ôm mặt khóc, vì bị mất hết mấy quyển sách và tạp chí quý mà anh đã khổ công cất giữ nhiều năm trời. Mỗi lần nhắc lại anh còn thấy tiếc hùi hụi cho bộ truyện Đảng Sợ Người. Anh thích nhứt là cách thông tin của đảng này, qua các dòng chữ chiếu lên vòm trời Sài Gòn phía bên trên chợ Bến Thành bằng tia laser. Những lúc như vậy xe cộ ngừng lại, người người trố mắt nhìn lên trời hồi hộp theo dõi thông báo về những bước trừ gian diệt bạo sắp tới của Đảng Sợ Người!

Trong mấy năm qua mỗi tuần ông Năm đều đón nghe chương trình sổ số, để được nghe bài hát Sổ Số Kiến Thiết Quốc Gia của

"Quái Kiệt" Trần Văn Trạch từ cái radio của ông. Mỗi lần thích chí ông vặn nút âm thanh lớn lên, càng thích ông càng vặn lên cao hơn để chia sẻ niềm vui của mình với chòm xóm:

"Kiến thiết quốc gia
Giúp đồng bào ta
Xây đắp muôn người
Được nên cửa nhà

...

Triệu phú đến nơi
Năm mười đồng thôi
Mua lấy xe nhà
Giàu sang mấy hồi..."

Ông Năm còn mê cái "tài giễu" của ông Trần Văn Trạch hơn, đặc biệt là khi được nghe màn trình diễn bài Chuyến Xe Lửa Mùng 5, trong đó có cảnh tượng một ông hành khách trên xe lửa đi đường xa, giết thời gian bằng cách ngồi đếm những cột đèn đường đang vụt qua bên ngoài cửa xe. Lại gặp phải một ông hành khách ngồi kế bên cứ hỏi hết chuyện này tới chuyện khác, và ông Trạch phải cố gắng làm một lúc hai công việc, vừa trả lời người đồng hành vừa tiếp tục đếm cột đèn. Vì vậy mà cứ chữ nọ xọ chữ kia. Ông quản Tư ngồi vuốt râu thích thú.

Ngoài ra ông Trạch còn cống hiến cho thính giả ngồi nhà một quang cảnh sống động tại nhà ga bằng cách nhại tiếng máy xe xìn-xịt lúc khởi động, rồi hồi còi hú, tới lúc bắt đầu lăn bánh cà rịch cà tang, kể cả sau khi mấy toa xe đã bắt trớn di chuyển rầm rầm trên đường sắt. Ông Năm ngồi một mình trước cái radio của ông toe toét cười!

Ông Năm cũng mê đá banh và không bỏ qua một dịp nào để nghe ký giả thể thao Huyền Vũ tường thuật các trận đấu từ sân vận động Cộng Hòa hoặc sân Tao Đàn. Một lối tường thuật hết sức sôi động và hấp dẫn. Ông còn vặn âm thanh cái radio của ông lớn lên cho cả xóm nghe chung. "Nghe một mình không đã", ông nói. Bà con mê mang theo dõi Huyền Vũ, lắng tai nghe ông thuật lại từng cú vẽ banh, từng đường đưa banh, khi nhanh khi chậm, họ đều có thể "thấy" được qua chữ nghĩa và lối tường thuật độc đáo của ông. Huyền Vũ tạo sự hồi hộp cho người nghe với những đường banh "thọc sâu vào vùng cấm địa," khi thì từ cánh phải lúc từ cánh trái; ông tạo bất ngờ với "những cú sút thần tốc" đôi khi "phá tung khuông thành", nhưng thường hơn là lằn banh "vượt sà ngang" trong những tiếng xuýt xoa tặt lưỡi đồng loạt của người nghe. Sau nhiều phút giao đấu mà đôi bên vẫn chưa làm bàn, Huyền Vũ còn ân cần nhắc cho người nghe an tâm: "Màn lưới đôi bên vẫn còn trinh bạch". Một tài năng khác của Huyền Vũ mà người hâm mộ thường nhắc tới là không biết làm sao ông có thể nhớ hết tên các cầu thủ ngoại quốc, như từ Nam Dương, Mã Lai hay Thái Lan, với những cái tên dài thòong, lạ tai, mà ông kể lại ranh rách, không vấp váp.

Ông Năm tuổi đã cao, mà thường thì tuổi càng lớn lòng mong đợi Tết càng giảm đi, sức quyến rủ của Tết không còn như trước. May mắn cho ông Năm, trong mấy năm gần đây ông đã tìm lại được cái rộn rã trong lòng khi chờ đón Tết. Ông thấy chậu mai vàng trên bàn thờ tươi hơn, và tiếng trống múa lân cùng tiếng pháo tạch đùng cũng vui hơn. Tất cả cũng nhờ có sự ra đời của "ban nhạc tếu" AVT, theo cách gọi của con trai ông. Một thú vui lớn trong ngày Tết của ông Năm trong những năm sau này là mở radio lên nghe Ban Kích Động Nhạc AVT[1] ca những bản nhạc trào phúng với lời lẽ châm biếm, qua 3 giọng Nam Trung Bắc, tung hứng đối đáp bén nhạy, dí dỏm, làm người nghe khó tánh nhất cũng phải nở miệng cười, và còn trở nên ghiền đến độ nghe đi, nghe lại vẫn thấy vui...

"Lẳng lặng mà nghe họ chúc (ứ ư) nhau
Chúc nhau mạnh mẽ khoẻ như trâu
Chúc nhau tiền của giàu như nước (ở ơ ờ)
Chúc đẻ vừa xong...lại có...lại có bầu ..."

Cả nhà đều thích nghe ban AVT chứ không riêng ông Năm, nhưng cô con gái ông có khi tỏ vẻ sượng sùng, bẽn lẽn với những lời ca có thể chạm trúng tim đen của mấy cô gái ở tuổi cập kê, hay những lời lẽ gần xa chọc quê thể lực mấy ông tuổi đã về già. Riêng đối với Bà Năm thì không có chương trình tân nhạc nào mà bà thích, ngoại trừ chương trình của ban AVT. Tuy nhiên bà cũng có nhận xét: "Cái ông người Bắc với ông người Việt nghe vui, còn ông người Trung thiệt tui hỏng biết ổng nói cái giống gì." Ông Năm lại cằn nhằn, "Tui nói với bà hoài, người Bắc, người Trung, người Nam gì cũng đều là người Việt. Mình sống trong Nam thì mình là người Nam."

Ngoài ra ông Năm không thích nghe gì khác trên cái radio yêu quý của ông. Tân nhạc thì ông chê tên ca sĩ giống tên ngựa đua, dù hai chuyện không dính dấp gì tới nhau. Bởi vậy ông cứ bị bà Năm chê "Ông này hủ lậu quá." Cải lương hay vọng cổ ông cũng chê là tình cảm ủy mị. Đối với chương trình ngâm thơ trong chương trình Thi văn Tao Đàn của Đinh Hùng, với "Tiếng Sáo Thần" réo rắt độc đáo của Nguyễn Đình Nghĩa, thì chỉ có cô Thanh, con gái ông bà Năm, là mê thôi. Mỗi tuần cô đều đợi tới tối Thứ Bảy để nghe, nhưng riêng ông Năm cứ thắc mắc "Nó nói cái giống gì sao tao nghe hỏng hiểu vậy." Nghe quen quen! Cô Thanh bèn mua cái radio transistor của Nhựt nhỏ bằng bàn tay để được thoải mái nghe ca sĩ Hoàng Oanh ngâm thơ, khỏi bị ai quấy rầy!

Còn bà Năm thì,... bà mê cải lương lắm. Mỗi ngày bà trông đứng trông ngồi cho chiếc xe quảng cáo tuồng chạy ngang qua trước cửa nhà, để coi tối đó hát tuồng gì. Xe quảng cáo thật ra là cái xe cá, giống như một chiếc xe ngựa không mui. Buổi sáng nó chở cá cho bạn hàng đem ra chợ bán. Tới xế trưa nó chở một cái trống múa lân ở giữa, có người dộng đùng đùng đi khắp đầu trên xóm dưới, báo tin tuồng mới qua những tấm bảng quảng cáo chương trình tấn hai bên thành xe, vẻ hình đào kép lộng lẫy với một kích thước thiếu điều lớn hơn người thiệt ngoài đời. Dạo này bà Năm coi bộ ưng ý với Hương Lan lắm, cứ khen lấy khen để: "Con nhỏ con của Hữu Phước mới có 5 tuổi mà sao nó giỏi quá bây ơi."

Anh Bình thì thích tân nhạc hơn, nhưng thứ tân nhạc của anh cứ bị bạn bè chê "cù lần", có thằng miệng lưỡi hơn còn chêm thêm một tiếng hậu, trở thành "cù lần lữa." Tại vì những lúc cao hứng anh chỉ ca sang sảng mấy bài nhạc mà anh học được từ trên sân cỏ trường tiểu học Lý Thái Tổ, với ông thầy thể dục mà bọn anh kêu là "thầy tập" (Moniteur). "Thầy tập" đứng giữa sân trường đeo tu-huýt lủng lắng trước ngực, miệng đếm, "Một, hai, ba, bốn" ... "Một, hai, ba..." ..."Một, hai...Một, hai." Học trò vừa chạy vòng quanh sân cỏ vừa lớn tiếng hát:

Đây Bạch Đằng Giang sông hùng dũng
của nòi giống Tiên Rồng,
Giống Lạc Hồng, giống anh hùng, Nam Bắc Trung....
... Dòng nước trắng xóa dưới trời quang đãng.
Từ xưa nêu cao tấm gương anh hùng
Dù có sấm sét bão bùng mưa nắng
Đằng Giang vẫn sáng để cho nòi giống soi chung.

Hát tới đâu nghe nổi da gà tới đó. Đó là bài Bạch Đằng Giang[2]. Một bài hát khác là Khỏe Vì Nước[3]:

Khỏe vì nước kiến thiết Quốc Gia.

Đoàn thanh niên ta góp tài ba.
Tạo nguồn dân sinh mới hùng mạnh trong năm giới.
Hợp lực xây hưng thịnh chung nước Nam.
Khỏe vì nước chí khí cương kiên.
Giống Lạc Hồng uy hùng vô biên.
Trong khốn nguy can trường sống thác ta coi thường
Việt Nam thanh niên anh dũng muôn năm.

Anh Bình không bị chọc quê sao được, xã hội đã thái bình, bây giờ là thời đại của trăm hoa đua nở, đón mừng vận hội mới. Người ta đã bước vào thời đại của "Trời hồng hồng, sáng trong trong"[4], của "Mỗi năm đến hè lòng man mác buồn."[5], của "Ngày xuân nâng chén ta chúc nơi nơi."[6], hay của "Ngày hôm nay thanh thanh, gió đưa cành mơn man tà áo..."[7] với không ít bài hát đã trở thành một thứ lễ nhạc không thể thiếu ở những buổi tiệc tất niên, buổi họp mặt đầu năm của học trò hay những dịp cưới hỏi trong dân gian.

Tiếc thay những ngày an bình sớm qua nhanh. Cuộc chiến bắt đầu leo thang từ lần đầu lính Mỹ đổ bộ lên Đà Nẵng vào giữa thập niên 60, và chiến tranh ngày càng trở nên khốc liệt. Dù chỉ xảy ra ở những nới xa xăm với các địa danh xa lạ lúc ban đầu, nhưng trong xóm giữa chốn thị thành người ta cũng có thể thấy được nghe được, qua hình ảnh một cỗ xe tang giữa ban ngày hay tiếng mõ cầu siêu khốc khốc thâu đêm. Dần dà tiếng mõ không còn là những âm thanh đơn điệu, có thể lôi cuốn người nghe về một hướng xuất phát để bùi ngùi cho thân phận một người quen biết ở lại, có thể là một bà mẹ già, hay một người vợ trẻ cùng mấy đứa con thơ. Mà giờ đây nhiều tiếng mõ nổi lên cùng một lúc, từ nhiều nơi, trở nên dồn dập, từ đầu trên tới xóm dưới.

Trong lúc chiến trường sôi sục nơi nơi, hậu phương Sài Gòn đêm ngày bồng bềnh theo tiếng nhạc, át tiếng đạn bom. Dòng nhạc lãng mạn du nhập từ miền Bắc theo làn sóng di cư 1954 nhìn chiến tranh qua lăng kính màu hồng, nhẹ nhàng, phiêu bồng như những bước đi trên mây đã không còn thích hợp nữa. Từ đó dòng nhạc đã trở nên bụi đời hơn, trần tục hơn, với những "Người chết hai lần thịt da nát tan"[8], hay "Anh trở về, có khi là hòm gỗ cài hoa, Anh trở về trên chiếc băng ca.... Anh trở về, anh trở về bại tướng cụt chân."[9]

Còn các xóm nghèo thì mua vui trong quên lãng qua điệu vọng cổ buồn. Nhiều người trong xóm nay đã có "ra-dô", không phải nghe ké cái radio của ông Năm. Ra rả suốt ngày từ đầu hẻm tới cuối hẻm phát ra những điệp khúc mà con nít cũng thuộc nằm lòng:

"Ngày mai đám cưới người ta,
Cớ sao sơn nữ Phà Ca lại buồn."[10]

Hết tâm tình của cô Sơn nữ Phà Ca lại đến tâm tình anh bán chiếu:

"Chiếu này tôi chẳng bán đâu, tìm em không gặp...
Hò ơi... tìm em không gặp tôi gối đầu mỗi đêm."[11]

"...Ghe chiếu Cà Mau đã cắm sào trên bờ kinh Ngã Bảy,
sao cô gái năm xưa chẳng thấy ra chào"

Giọng Thanh Nga, Út Bạch Lan, Út Trà Ôn khi thì cất vút lên thấu lòng trời cao, lúc lại xuống thấp đến não nuột đất dày. Nghe đi nghe lại, nghe ngày nghe đêm cũng vẫn thấy đã.

Ngoài kia trên đường phố, chan hòa trong những ánh đèn màu lung linh thắp sáng vũ trụ, vang vang tiếng hát Thái Thanh, lâng lâng hồn sông núi, ngân ngân khúc hoan ca theo từng bước chân đoàn lữ hành trên con đường Cái Quan. Tiếng hát làm sống dậy những bước khai phá giang san, mở mang bờ cỏi, khơi dậy niềm tin qua hào quang của dĩ vãng vang bóng một thời. Nếu đó là tiếng gọi nắng của loài hoa Hướng Dương thầm trách đêm dài vô tận, thì thổn thức trong góc vũ trường là tiếng lòng của một đóa hồng lãng đãng trong sương, ôm ấp mộng bình minh chỉ tồn tại trong niềm hoài niệm. Giọng hát huyễn hoặc của Thanh Thúy rót đầy bao ly rượu lưng, chuốt cạn bao ly rượu đầy, bên anh phi công sau chuyến bay đêm, bên chàng lính trận vừa giã từ đồng đội gục ngã trên chiến trường, hoặc bên gã lãng tử cố tìm quên lãng trong hơi men, khói thuốc. Đó là tiếng tỉ tê của lòng cô phụ, man mác nỗi buồn ẩn ức, gói ghém trọn vẹn thân phận đàn bà Việt Nam, đời đời không than vãn trách cứ, chỉ trang trải niềm cảm thông của một người bạn đồng hành muôn thuở cùng những người trai thế hệ.

4. Câu Cá Bắt Cua

Trong buổi thái bình hiếm hoi, dù chỉ là sự yên bình trước cơn bão tố, nhiều người dân thành phố bắt đầu tìm về nguyên quán ở những vùng quê xa xăm hẻo lánh, nơi chôn nhau cắt rún mà trước đây họ đã phải ngậm ngùi chia tay, để lánh nạn chiến tranh. Giờ đây họ cảm thấy đủ an toàn để trở về thăm viếng hoặc tiếp tục cuộc sống trước đây của mình. Trong số đó có ông giáo Tám người đã đưa gia đình từ Sài Gòn về quê sinh sống.

Minh bắt đầu cảm thấy nôn nóng gặp lại Thành. Hai đứa đã xa nhau gần hai năm, kể từ mùa hè cuối năm học lớp Ba trường tiểu học Bạch Vân. Minh và Thành cùng tuổi, lại lớn lên trong hai gia đình láng giềng ở ngoại ô Sài Gòn. Hai nhà chỉ cách nhau một cái đầm, nên từ nhỏ hai đứa đã khắng khít như anh em ruột thịt. Ba năm trước ông nội Thành qua đời ở Long Hựu, vùng Kinh Nước Mặn, bên bờ sông Vàm Cỏ, để lại ngôi nhà hương hỏa cho cha Thành. Lúc đó ông đang dạy học ở Sài Gòn, người trong vùng gọi ông là Ông Giáo Tám, đã xin chuyển trường, để có thể đưa cả gia đình về quê sống, thừa hưởng ngôi nhà hương hỏa. Duy chỉ có anh Công, người anh cả của Thành, sắp thi Tú Tái 1, phải tìm chỗ trọ gần trường ở Sài Gòn để ở lại tiếp tục học cho hết bậc trung học.

Hôm nay nhân dịp anh Công về quê thăm nhà, Minh được mẹ nó cho 'tháp tùng về chơi với thằng Thành', bà nói. Minh ngồi bên cạnh anh Công. Mỗi người một tâm trạng. Xe chạy về hướng Nam, qua khỏi cầu Ông Thìn, tiếp tục lăn bánh trên con đường gập ghềnh, lấm tấm ổ gà. Đoạn đường dài 40 cây số từ Sài Gòn tới cù lao Long Hựu tuy không xa, nhưng sau khi qua lại nhiều lần trong các chuyến thăm gia đình suốt hai năm qua, quang cảnh xung quanh đã trở nên quen thuộc đối với anh Công. Anh ngoái nhìn Minh bắt chuyện,

- Hồi đó hai đứa chơi chung suốt ngày hả?

Anh Công cố tình khơi lại những kỷ niệm thời thơ ấu giữa Minh và Thành. Minh nhoẻn miệng cười,

- Dạ.

- Anh nhớ mỗi ngày ăn sáng xong là thằng Thành biến đâu mất tiêu. Má anh nói nó qua bên nhà em chơi.

- Dạ.

Anh Công nghiêng mình tựa vào vai Thành,

- Vậy nói anh nghe, hai đứa làm gì ngoài đường cả ngày vậy.

- Dạ, đủ thứ hết.

Anh Công cố gợi chuyện,

- Vậy kể lại một thứ cho anh nghe coi.

Minh không do dự đáp,

- Dạ, tụi em thường chơi bắt chuồn chuồn.

- Vậy có gì vui chứ?

Minh cúi đầu cười ngượng nghịu, kể lại những lần hai đứa rượt đuổi nhau vì bị chọc phá trong lúc bắt chuồn chuồn. Hễ đứa này nhìn thấy đứa kia đang rón rén tới nắm đuôi một con chuồn chuồn, thì lẻn đến sau lưng phá đám, bằng cách bất ngờ la lớn:

Chuồn chuồn có cánh mà bay,

Có hai thằng nhỏ thò tay bắt mày.

Chỉ cần cái cớ đó đủ để hai đứa rượt đuổi nhau, hả hê ôm vật trên bãi cỏ một hồi. Lúc về nhà quần áo lấm lem, đôi khi còn bị đòn.

Tội nghiệp xưa nay chuồn chuồn vẫn an phận làm đài khí tượng giúp nhà nông:

Chuồn chuồn bay thấp trời mưa,

Bay cao trời nắng đập dừa em ăn.

Nhưng nếu không may lọt phải mắt xanh của Thành và Minh thì thiệt khổ thân cho chúng. Mấy chú chuồn lớn nhỏ, lởn vởn quanh bờ ao phía sau nhà Minh, thường bị hai đứa bám theo quấy nhiễu. Có lẽ chỉ chừa mấy con chuồn chuồn con, mong manh như sợi chỉ màu mang hai cặp cánh trong suốt, khi ẩn khi hiện dưới ánh mặt trời chói chang, rất khó mà nhìn thấy để đuổi bắt. Mấy chú chuồn con lại thường xuyên bay đi bay lại, ít khi đậu yên một chỗ cho hai đứa quấy phá.

Chuồn chuồn lớn thì có nhiều cỡ. Thiệt lớn có chuồn chuồn trâu, thân mình vằn vện những vệt xanh vệt đen như ngựa rằng Phi Châu. Trước đầu còn được trang bị bởi một cặp mắt to thồ lộ, như hai cái đèn pha xe hơi, lúc nào cũng láo liên dòm chừng mấy đứa con nít phá phách như Minh với Thành. Phần lớn mấy con chuồn khác kích cỡ chỉ bằng phân nửa, nhưng có nhiều màu sắc bắt mắt hơn. Có con màu đỏ ánh, có con màu vàng tươi, và cũng có mấy con xanh thẫm, lúc đậu lại đâu đó, trên ngọn u du hay trên lá cỏ bàng, luôn duỗi thẳng hai cặp cánh dài trong suốt phô trương thanh thế. Thảo nào người Nhựt chẳng coi chúng là loài biểu tượng sức mạnh và hạnh phúc.

Con nít thích bắt chuồn chuồn để quan sát cho thỏa tánh tò mò rồi thả đi. Nhưng cũng có mấy đứa nhẹ dạ cả tin lời xúi dại của các đàn anh tinh nghịch, để chuồn chuồn cắn rún cho mau biết lội. Minh và Thành không phải vì giỏi dắn hơn ai mà không bị mắc mưu. Chỉ nhờ từ khi tụi nó còn nhỏ, mối lo hàng đầu của người lớn trong hai gia đình là chúng bị trượt chân té xuống ao đầm quanh nhà, nên đã cho hai đứa đi học lội rất sớm.

Cái ao sau nhà Minh rộng mênh mông, lại thông thương với Kinh Đôi, do người Pháp cho đào ngày xưa, để mở đường nước từ sông Sài Gòn xuống Bến Lức qua hai nhánh Kinh Tẻ và Rạch Bến Nghé. Nhờ đó mà ao có 'nước ngọt' vô ra mỗi ngày, nuôi sống nhiều cây cỏ ven bờ và tôm cá dưới nước.

Trên mặt ao khi thì chi chít những mảng bèo cám xanh màu mạ non, lúc lại bồng bềnh những cánh bèo tai tượng xanh tươi, là nơi thiên đường của bầy vịt mập ù, trắng tươi, của ông Tư ở xóm trên. Mỗi lần ông lùa chúng xuống ao, những tiếng kêu cạp cạp inh ỏi lúc chúng còn ở trên bờ bỗng tắt lịm, cả rừng mỏ vịt vàng nghệ lanh chanh hớp từng ngụm bèo cám tươi, hết bên phải tới bên trái, cho tới sạch mới thôi. Vào mùa có tai bèo lớn, thì ông Tư chèo ghe ra vớt lên, mang về cho heo ăn, và tiện thể bắt luôn vài con nhái vàng thường ngồi chồm hổm rình mồi trên mấy cánh bèo xanh, đem về làm mồi câu rê bắt mấy con cá lóc dưới ao.

Chiếc xe tiếp tục cà rịch cà tang, lúc chạy lúc dừng rước hành khách. Gần tới chợ Cần Đước, anh Công lại xoay qua Minh hỏi tiếp,

- Còn trò gì vui nữa nói anh nghe.

- Dạ tụi em cũng thường chơi vớt cá lia thia.

- Vớt ở đâu?

- Dạ, thường là bên bờ ao ngoài sau nhà em.

Minh lại có dịp kể cho anh Công nghe chuyện mấy ổ cá lia thia bí mật mà nó nghĩ chỉ có nó và thằng Thành biết.

Dọc theo bờ ao phía sau nhà Minh có một hàng dừa, nghiêng nghiêng trên mặt nước, rải bóng lá dừa lưa thưa, đủ che nắng cho mấy con cá kiểng thiên nhiên lấp lánh xanh, óng ánh tím, thập thò bên các cửa hang được đan dệt bởi những chùm rễ cây tua tủa như những bó đũa xòe. Mỗi khi hai đứa tìm thấy một dề bọt trắng ngà nổi trên mặt nước, cạnh mấy cái rễ dừa, thì biết là cá đã làm ổ, nên thay phiên nhau đứng rình coi lởn vởn đâu đó có con cá lia thia nào đẹp không.

Tìm gặp một con lia thia ưng ý, vây màu óng ánh, lấp ló dưới ổ bọt trắng, thì một trong hai đứa rón rén đến gần, một tay cầm rổ, một tay đu thân dừa, nhoài người ra ngoài ao, xúc trọn ổ cá vào rổ. Có khi được cá, có khi không. Khi hên khi xui là chuyện thường tình, nhưng tiếc hùi hụi là những lần hai đứa đã thấy cá trong rổ, vậy mà ... chạch một cái nó vẫy đuôi phóng ra khỏi rổ; chách một tiếng nó chạm mặt nước, biến mất dưới đám rong xanh, nhuyễn nhừ, mịn mượt, trước bốn con mắt trợn tròn nhìn nhau nuối tiếc.

Minh kể xong chuyện bắt cá lia thia cho anh Công nghe thì vừa lúc chiếc xe đò chầm chậm bò vào trạm cuối, dừng lại trên bãi đất trống cạnh bến phà Kinh Nước Mặn. Kế bên là một quán lá thấp lè tè, bày biện hai cái bàn gỗ cũ kỹ trên nền đất trước sân. Vài người đàn ông râu lưa thưa ngồi trên ghế đẩu uống trà, tò mò nhìn từng hành khách xuống xe. Minh theo anh Công qua phà. Đi bộ về nhà gia đình anh, 'cho đỡ tốn tiền xe ngựa', anh Công nói. Trời nắng chang chang, đất ruộng khô cằn, lại nứt nẻ sâu hoắm. 'Đúng là dấu hiệu của đất phèn, khó trồng trọt gì được', Minh nghĩ. Vừa đi vừa nhìn quanh, Minh nhíu mày ngạc nhiên, thấy ít cây cối quen thuộc của vùng quê Long Xuyên ở miền Tây của mình.

Minh nhớ lại từ lúc còn ở trên phà khi qua sông, dù có nhìn thấy mấy bụi dừa nước mấp mé bên bờ kinh, nhưng không thấy hình ảnh quen thuộc của những đám lục bình trôi trên sông. Chỉ cuồn cuộn dòng nước xiết, chảy mạnh hơn ở những sông rạch Minh quen thuộc. Trên bờ không thấy bóng cây mù u, cây trâm bầu che nắng, hay mấy dây nhãn lồng sum suê cho trái ngọt bên đường. Chỉ được cái là nhờ có gió nhiều, nên dù trời nắng cũng đỡ thấy oi. Nhìn chung thì cảnh vật yên bình như nhiều vùng quê khác. Ngoại trừ trong lòng Minh có hơi lo, vì đang đi bộ trên đường đất bị một con trâu dưới ruộng 'nghinh', theo lời anh Công. 'Trâu thấy mình mặc áo trắng, nó ghét!' anh giải thích.

Từ xa anh Công đã chỉ cho Minh thấy hướng nhà của gia đình anh, nằm sau cây me bên mé phải của con đường đất dẫn tới chợ Kinh Nước Mặn. Gần tới nơi, Thành và Út, em của Thành, ùa chạy ra đường, đến mừng anh Công. Hai đứa ngạc nhiên nhưng không kém vui mừng gặp lại Minh. Căn nhà ba gian phía sau hàng cột gỗ đen kịt cao ngất ngưởng. Nhà xây trên nền cao, muốn vào nhà phải bước lên hai bậc thềm xi măng mới tới.

Chú thím Tám, ba má của Thành mừng rỡ gặp lại anh Công, hỏi han đủ điều. Sau cùng như chực nhớ ra, anh Công và Minh đi đường xa mới tới, lo cho hai anh em bị đói bụng, thím Tám giục mọi người vào ăn cơm trưa. Minh cùng gia đình Thành quây quần bên bàn ăn. Chú Tám nhìn Minh hỏi thăm,

- Ba má cháu lúc rày cũng khỏe chứ?

Minh vừa 'Dạ' nhỏ một tiếng, chú lại tiếp:

- Chắc cây cách bên hè nhà con cũng còn đó hả?

Minh thoáng ngạc nhiên, chưa hiểu ý của chú, dù trong đầu đã nghĩ ngay tới cây cách mà ba Minh trồng bên bờ mương cạnh hè nhà. Chú Tám nhắp miếng rượu, miệng lẩm bẩm,

- Tội ba cháu, mỗi lần có mồi nhắm, ảnh hay kêu chú qua uống với ảnh. Trưa trưa mà chú nghe ảnh hú một tiếng, 'Thầy giáo ơi, có đó hông' là chú biết có nhậu rồi. Hổng cần gì nhiều, ảnh chỉ hái vài lá cách đem vô cuốn mỡ chài với thịt bò, rồi kẹp vô vỉ nướng, cũng đủ cho hai anh em cưa nửa xị rồi.

Thím Tám tiếp lới,

- Ông nhắc tới tôi mới nhớ, dưới gốc cây cách bên nhà anh chị Hai còn có một vườn rau thấy mà ham. Rau gì cũng có, đủ thứ, thập vật. Chị Hai cứ căn dặn hoài, khi nào trong nhà mình cần rau răm, rau húng gì đó, cứ qua hái về ăn. Có khi tôi còn qua xin một mớ rau càng cua làm xà-lách.

Thím Tám và xong một miếng cơm, lại nhớ thêm,

- Ở mé vườn còn có đám rau má mọc đầy. Hồi mấy đứa còn nhỏ, mỗi lần thấy đứa nào bị nhiệt trong người, tôi cũng qua bển hái về một rổ rau má, đâm ra rồi vắt nước cho tụi nó uống.

Ăn cơm trưa xong, Thành dẫn Minh ra sau nhà chơi. Chỉ sau vài bước đã đưa Minh đi từ ngạc nhiên này tới ngạc nhiên khác. Dù mỗi năm Minh vẫn thường về quê của mình ở miền Tây vào dịp giỗ ông Cố của Minh, vẫn không tránh khỏi sững sờ trước cảnh ruộng vườn hiện ra trước mắt ở phía sau nhà Thành. Vừa bước ra khỏi hàng lu mái dầm, hứng nước mưa sau chái nhà, hình ảnh những chùm rễ đước tua tủa trên mặt sình đập vào mắt Minh. Minh ngẩn người kêu lên,

- Cây đước hả?

Minh tò mò bước đến một cây đước gần mình để quan sát. Chợt có tiếng động thình lình, xuệch ... xuệch, làm Minh giật mình chùn bước.

Thành giải thích,

- Cá thòi lòi đó.

Minh trợn tròn mắt quan sát. Quả thật có hai ba con cá hình ống, đen đuổi, lớn cỡ cườm tay con nít, mỗi con mang một cặp mắt thổ lộ trên đỉnh đầu, nằm bất động trên bãi sình. Minh chợt có cảm giác như ngay trên đám rễ cây trên không cũng có cả. Giương mắt nhìn kỷ. Không thể tin vào mắt mình được. Minh bước tới gần hơn. Xuệch ... xuệch, chuyện khó tin nhưng Minh thấy dường như mấy con vật đó có thể chạy thật nhanh một đoạn trên thân cây trước khi phóng xuống bùn và chạy tiếp trên mặt bùn để lẩn trốn.

Minh quýnh quáng kể lại với bạn. Thành thản nhiên đáp,

- Ừ, nó leo lên cây hoài!

Té ra chúng có thể dùng hai cái vi cá phía trước như chân để 'chạy' trên mặt đất sình lầy, hay 'leo' lên thân cây. Minh sững sờ trước khám phá mới. Phía sau nhà Thành là vùng đất trũng nên có nước vô ra theo thủy triều. Giờ này nước rút, Minh rảo mắt nhìn quanh bãi sình sau nhà, bổng kêu lên,

- Có cua kìa.

Thành mỉm cười,

- Còng đó chứ không phải cua.

Vài con còng thập thò ở miệng hang, có con chạy lon ton từ hang
này đến hang khác, trước khi vụt rút xuống những hang lỗ chi
chít trên mặt bùn. Minh thích thú buộc miệng cất giọng theo câu
ca dao,

Gió đưa gió đẩy về rẫy ăn còng,
Về sông ăn cá, về đồng ăn cua.

Thành thấy Minh vui như vậy bèn hỏi,

- Mầy muốn bắt còng không? Ngày mai mình bắt. Bữa nay câu
cá kèo chơi.

Minh thích thú, 'ừ' một tiếng, bước theo Thành. Thành dẫn Minh
ra phía trước nhà, đi về hướng chợ Kinh Nước Mặn. Qua khỏi
tiệm may, tiệm thuốc, tiệm hớt tóc, và tới bến xe ngựa. Thành
rảo rảo quanh bến xe, mắt dán trên mặt đất. Minh hỏi,

- Mầy kiếm gì vậy?

- Lông ngựa.

- Chi vậy?

Sau khi nhặt lên một cộng lông đuôi ngựa, Thành giải thích,
'Mình thắt vòng câu cá kèo'. Té ra vậy, Minh chợt hiểu, và phụ
nhặt thêm vài cộng dài và chắc đưa cho Thành. Về tới nhà Thành
lấy hai cành cây đước đã vót sẵn làm cần câu, buộc cộng lông
ngựa vào đầu cần làm dây câu, và phía dưới dây câu thắt một cái
thòng lòng. Vậy là xong. Câu kiểu này không cần lưởi câu, chỉ
đứng bên bờ ruộng thả vòng xuống nước, cố tròng qua thân một
con cá kèo đang lội, bất ngờ giật mạnh lên. Cá thì nhiều. Sau khi
nước lên sắp sỉ trên mặt sình đã thấy nhiều con nhởn nhơ lội tới
lội lui kiếm ăn. Nhưng câu kiểu này thì thiệt hên xui may rủi.
Thường thì sau khi cá vừa văng lên khỏi mặt nước đã rớt trở

xuống. Có khi đem cá được vào bờ nhưng cá rớt xuống đất rồi cũng nhanh chóng ngúc ngoắc tìm đường xuống nước. Họa hoằn bắt được một con làm vui, rồi cũng thả nó đi.

Chưa bao giờ Minh thấy kiểu câu cá giản tiện hơn, ngay cả lưỡi câu và mồi cũng không cần. Ngoại trừ vào dịp hè năm ngoái, trong chuyến Minh về thăm quê ngoại ở An Giang, bất ngờ được câu cá với cậu Chín của Minh. Không câu đâu xa, chỉ ngay trước cửa nhà. Sáng thức dậy cậu cháu đứng trên thềm nhà nhìn xuống vũng nước lênh láng đầy sân trước. Vào mùa nước lớn, nước ngập sân là chuyện bình thường. Bởi vậy dân trong vùng, nghèo thì dựng nhà sàn, khá giả thì xây nhà trên nền cao. Buổi sáng nước lớn thì chờ trưa nước rút. Nếu cần đi lại, đã có xuồng cột sát bên nhà. Cậu Chín chợt chỉ tay xuống vũng nước trước sân,

- Coi cá kìa.

Lần đầu thấy cá lội nhởn nhơ trong sân nhà, lại có mấy con tìm tới tận chân mình, Minh quýnh lên, rối rít chỉ tay cho cậu Chín coi. Đây con cá trê, kia con cá rô. Cậu thấy cháu thích thú như vậy bèn hỏi,

- Cháu muốn câu không?

Minh nhanh nhẩu gật đầu. Cậu ra phía sau nhà mang lên một cây cần trúc nhỏ, chỉ lớn bằng ngón tay cái và dài độ hơn một thước. Minh hớn hở cầm lấy, săm soi từng lóng trúc láng lức, vàng tươi. 'Chắc cần còn mới', Minh nghĩ, vì cả sợi nhợ trắng dùng làm dây câu cũng chưa ngả màu lắm. Nhìn xuống tới lưỡi câu, Minh chợt nhận ra còn thiếu một thứ quan trọng. Mồi. 'Câu cá trê mà có được mồi trùng là hết sẩy', Minh nghĩ bụng, nhưng trong lúc này biết đi đâu đào trùng. Minh ngó lên thấy cậu Chín bắt ghế lên trên phảng, đứng với tay lên kèo nhà, quẹt một miếng ổ nhện đem xuống. Cậu vo vo miếng ổ nhện giữa ngón cái và ngón trỏ.

Minh đang thắc mắc không biết cậu định làm gì, thì cậu đã đến kế bên nắm lưỡi câu lên, móc mồi ... ổ nhện. Thằng cháu chỉ cần đứng trên thềm nhà, thả mồi xuống cái sân đầy nước, chờ một khắc đã có cá cắn câu. Trưa lại, sau khi nước rút, trên bàn ăn gia đình đã có thêm một món ăn đạm bạc. Hai con cá trê nướng dầm nước mắm gừng.

Thành thấy Minh đã lơ là với trò câu cá kèo, nên rủ Minh ra sân trước chơi thảy đáo (đánh đáo) dưới bống cây me, một trò chơi gần như hằng ngày của hai đứa lúc trước, chỉ khác một điều là giờ đây Thành gọi là chơi 'Tử', khiến Minh thắc mắc một chặp. Té ra đó là tiếng địa phương, có lẽ để tránh gọi tên 'Đáo' của một quan phụ mẫu trong vùng ngày xưa. Hai đứa chọi đáo được một đỗi, Minh cứ nhướng mắt ngắm nghía mấy trái me treo lủng lẳng trên cành, Thành đọc được ý bạn, bèn nói,

- Me chua lè, ăn hổng được đâu.

Minh thắc mắc,

- Sao hổng trồng me ngọt.

- Cây này của ông nội tao trồng hồi xưa. Nhưng nghe ba tao nói, vùng này nước lợ, chỉ có me chua.

Cái màn thảy đáo lội ngược thời gian của Thành bày ra để sống lại tuổi thơ coi bộ không còn hấp dẫn với hai đứa bạn nay đã già hơn xưa hai tuổi rồi. Minh lơ đãng nhìn quanh, bâng quơ nói,

- Nhớ cây ổi với cây mận trước nhà cũ của mầy không.

Thành tỏ ra nuối tiếc,

- Ừ, ổi xá lị, trái lớn bằng trái cam. Mấy trái còn chua ăn cũng thấy ngọt.

Minh cười bí ẩn hỏi,

- Đố mầy nhớ còn có cái gì trên cây ổi trước nhà mầy nữa?

- Có trái thôi chứ có gì.

Chợt nhớ ra điều gì, Thành tiếp,

- Hay là mày muốn nói tới mấy cái bịch giấy ba tao dùng bao mấy trái ổi gần chín tới để tránh dơi ăn.

Minh gật đầu,

- Ừ, mấy nhắc tao mới nhớ. Trên cây lúc nào cũng có mấy cái bịch giấy xám treo lủng lẳng. Nhưng ý tao muốn nói tới mấy ổ kiến trên cây ổi.

Thành mỉm cười hiểu ý bạn,

- Mầy muốn nói chuyện anh Công chọc ổ kiến vàng đó hả?

Bạn bè lớn lên từ nhỏ có khác. Chuyện vậy mà cũng làm say mê hai đứa để nhớ tới bây giờ. Kiến vàng thường hay ghép lá làm ổ trên cây ổi trước nhà Thành. Những lúc hứng đi câu cá sặc anh Công chọc ổ kiến xuống để lấy trứng kiến làm mồi. Cái cây chọc ổ kiến do tự tay anh làm, gồm một cái giỏ bằng vải mùng treo lủng lẳng ở phía đầu một cần trúc cao nghều nghệu. Anh đứng dưới gốc cây, dùng đầu cần trúc thọc cho ổ kiến rớt xuống cái giỏ mùng, rồi đem xuống. Mỗi lần đứng xem anh Công làm đến công đoạn đó thì hai đứa thường bỏ chạy ra xa, sợ đàn kiến hung hăng bò ra cắn cho nổi mận ngứa ngáy mấy ngày. Nhưng anh Công thì bình tĩnh hạ cây cần trúc xuống ngang mặt đất, rồi đứng đó chờ lũ kiến tỏa ra khỏi ổ, tìm đường thoát thân. Không lâu chúng tìm đến bốn sợi chỉ treo giỏ mùng, và từ đó bò ra thân cây trúc, chạy vùn vụt về hướng anh Công. Nhưng chúng chỉ đi được nửa đoạn đường thì anh đã lấy tay nhịp nhịp trên cây cần trúc, tạo chấn động làm văng chúng xuống đất. Mấy con kiến hoảng loạn, bỏ chạy tứ tán.

Sau đó hai đứa nhỏ mới dám bu lại coi anh Công vạch mấy lá ổi ra lấy trứng kiến, như mấy hột cơm trắng tươi màu sữa, rồi lót tót theo anh đi câu cá. Anh không thích có hai đứa đi theo, vì 'cứ chạy giỡn hoài, đuổi cá đi hết trơn', anh thường quở. Nhưng đôi khi vì bổn phận phải trông em mà anh buộc lòng dẫn thằng Thành theo. Mà có Thành thì phải có Minh.

Anh Công mang theo sẵn một giỏ mây, tròn ũm, chỉ lớn bằng nửa cái giỏ xách đi chợ của mấy bà, để đựng cá. Đến chỗ câu ruột của mình, trên khoảnh đất nhẵn bên bờ ao, dưới bóng mát của cây chùm ruột, anh ngồi móc mồi trứng kiến vào cái lưỡi câu nhỏ xíu chuyên trị cá sặc. Anh giương mắt, chằm chằm xác định vị trí thả câu, từ từ hạ mồi xuống nước, phải đúng địa điểm bí mật quen thuộc mà anh biết có nhiều cá. Anh ngồi yên, chông mắt vào cái phao làm bằng cọng tỏi, nổi lình bình trên mặt nước. Thấy phao động đậy anh giật cần lên. Lần nào cũng như lần nấy, đều thấy một con cá sặc đong đưa ở cuối sợi nhợ câu. Anh Công gỡ cá ra, để vào giỏ mây, và ngâm xuống nước để giữ cho cá sống tới khi mang về nhà. Vậy là buổi ăn hôm đó ở nhà Thành có thêm món cá sặc chiên dòn dầm nước mắm ớt, ngon lành.

Thành và Minh vừa nhắc tới anh Công thì anh xuất hiện. Không có chuyện gì làm bên trong nhà, anh rảo ra đứng trước cửa hóng mát dưới tàng cây me. Nhìn hai đứa chơi dưới gốc cây anh lắc đầu nói 'Hai đứa già đầu rồi mà còn thẩy đáo hả.' Thật ra hai ông già sắp lên trung học đã bắt đầu thờ ơ với trò chơi ghiền của mấy năm trước. Thành bèn rủ Minh qua hè nhà 'gở mũ trôm'. Từ khi bước chân đến nhà Thành, Minh không khỏi bỡ ngỡ trước cảnh vật quanh đây. Nó đã dẫn Minh đi từ ngạc nhiên này đến ngạc nhiên khác, từ những cây đước rễ phơi trên trời, tới những con còng vòng vòng kiếm ăn trên mặt sình, và mấy con cá biết leo cây chạy xành xạch trên vũng lầy. Bây giờ là cây trôm mà Thành chưa nghe nói tới bao giờ.

Cây trôm nhà Thành lớn cỡ cây xoài nhỏ sau vườn nhà Minh. Lá dài gần như lá xoài nhưng mọc xòe ra thành từng chùm như cánh dù ở cuối nhánh. Nhìn chung không có gì lạ mắt, nhưng khi Thành dẫn Minh đến bên thân cây, chỉ cho Minh coi những miếng nhựa trong như keo, lẫn trong đám vỏ cây sần sùi, đầy vết sẹo, Minh mới thấy lạ. Thành gỡ ra một miếng nhựa trắng đục, lấm chấm bụi vỏ cây đen, đưa cho Minh coi.

- Mủ trôm đó. Ngâm nước, uống mát lắm,

Thành nói, trước khi dẫn Minh vào nhà cho coi mấy miếng mủ trôm khô cứng đựng trong ve keo. Thành còn sớt ra một chút nước mủ trôm pha đường đã ngâm sẵn trong cái ly cối kế bên cho Minh nếm thử. Uống vô một miếng, thấy mát tựa sương sa, lại ngòn ngọt vị đường phèn. Thêm một bất ngờ thích thú đối với Minh.

Thiệt là một thiết đãi tuyệt vời của thiên nhiên. Ở vùng gần cửa biển nếu nước lợ làm me chua, ổi chát, thì ít ra cũng được bù đắp bởi một ly mủ trôm làm mát lòng mát dạ người dân sống nơi mũi đất đầu sóng ngọn gió.

5. Theo Vết Chân Xưa

Ngày vui nào cũng chóng tàn, sáng hôm sau Minh từ giã Thành mà lòng nao nao không biết chừng nào mới gặp lại bạn. Ngồi trên xe đò bên bến phà Kinh Nước Mặn, Minh thả mắt xuống dòng nước chảy như thác đổ cơ hồ có thể cuốn trôi cả cù lao Long Hựu. Minh chợt nhớ hôm qua Thành nói con kinh này do người Pháp đào, nên quay sang anh Công hỏi,

- Người Pháp đào kinh này chi vậy anh.

- Họ muốn mở đường nước đi tắt từ sông Vàm Cỏ qua sông Cần Giuộc. Một con kinh chiến lược rất quan trọng, tiện lợi cho các tàu chiến của họ đi lại để kiểm soát khắp Nam Kỳ.

- Vậy trước đó họ đi lại như thế nào anh.

- Anh nghĩ tàu chiến của họ, nếu đi từ miền Tây lên Sài Gòn, phải đi vòng theo sông Vàm Cỏ ra gần tới hạ nguồn sông Soài Rạp rồi mới đi ngược trở lên. Đi như vậy chẳng những xa hơn nhiều mà còn phải đương đầu với sóng to gió lớn ở gần cửa biển, như người đời thường nói:

Anh đi ghe gạo Gò Công
Về vàm Bao Ngược gió giông đứt buồm.

Vàm Bao Ngược là nơi nước sông Vàm Cỏ đổ vô sông Soài Rạp.

Anh Công tư lự một chặp, lại nói,

- Các tàu chiến của Pháp xuất phát từ Mỹ Tho cũng có thể theo sông Tiền ra biển, rồi lại quay trở vô đất liền qua cửa Soài Rạp, nằm phía trên đó một chút. Đi như vậy lại càng xa xôi trắc trở hơn.

Minh thắc mắc,

- Sao họ biết đường, biết lối ở xứ mình hết vậy anh.

Anh Công 'hừm' một tiếng trong miệng tỏ ý đồng tình, rồi tiếp,

- Chắc họ cũng phải mất nhiều ngày tháng tìm kiếm. Không chừng triều đình Pháp đã từng cho tàu bè qua đây trong những chuyến hải hành trước, trá hình đi buôn bán gì đó để dò la đường đất nước mình.

- Hai ba trăm năm trước mà cũng có người tới đây buôn bán sao anh.

- Nói gì hai ba trăm năm. Từ xưa hơn nữa đã có dân tứ xứ tìm đến vùng đất này rồi.

- Thiệt hả anh.

- Ờ. Người Pháp, hồi họ còn ở Việt Nam, đã phát hiện nền văn hóa Óc Eo của vương quốc Phù Nam, hiện diện gần hai ngàn năm trước trong vùng châu thổ sông Cửu Long, đặc biệt là quanh miệt An Giang. Ngoài ra còn có chứng tích để lại cho thấy dân cư xứ Phù Nam từng tiếp xúc và giao dịch với người phương xa, từ các lục địa khác trôi dạt tới đây.

- Ngộ quá hả anh. Em tưởng phải tới khoảng bốn năm trăm năm trước, khi có người Bồ Đào Nha đầu tiên đi tàu vòng quanh thế giới, mặc may người ngoại quốc mới biết tới mình.

- Đó là theo những gì sử sách còn ghi chép lại về các chuyến hải hành chính thức theo lệnh vua chúa bên các nước phương Tây. Chứ trên thực tế, có lẽ từ khi loài người có mặt trên trái đất này thì đã có cảnh đất lành chim đậu. Chỗ nào hết trái cây để hái, hết thú hoang để săn, thì người ta lại bỏ đi tìm chỗ khác theo bản năng sinh tồn.

- Vậy người mình bắt đầu tiến xuống vùng châu thổ sông Cửu Long từ hồi nào anh.

- Có thể từ hai ngàn năm trước vào thời còn vương quốc Phù Nam đã có người Việt lưu lạc xuống đây qua các ngả đường biển hay đường bộ. Nhưng theo sử sách thì các triều đại nhà Nguyễn bắt đầu xác lập bờ cõi nước ta ở phương Nam từ cuối thế kỷ 17. Trong giai đoạn này, bờ cõi phương Nam được mở rộng hàng ngàn dặm từ đông sang tây.

Minh thắc mắc,

- Chính xác là từ đâu tới đâu vậy anh.

Anh Công dõi mắt ra bên ngoài khung cửa kính, mỉm cười, nói:

Thì từ ...

Nhà Bè nước chảy chia hai.
Ai về Gia Định, Đồng Nai thì về.

Tới ...

Đèn Sài Gòn ngọn xanh ngọn đỏ,
Đèn Mỹ Tho ngọn tỏ ngọn lu.

Anh Công hóm hỉnh nhắc tới các địa danh quen thuộc đã đi vào ca dao Nam Kỳ Lục Tỉnh, từ Đồng Nai (Biên Hòa), Gia Định tới Mỹ Tho, nhưng chưa kể tới các tỉnh khác như Vĩnh Long, An Giang, và sau cùng là Hà Tiên.

Tư lự một hồi anh Công nói:

- Ngoài ra còn có một kỳ công của ông cha để lại, không thể không kể tới:

Đường từ Châu Đốc, Hà Tiên,
Có kinh Vĩnh Tế nối liền hai nơi.

Minh thắc mắc,

- Kinh Vĩnh Tế ở đâu vậy anh.

Anh Công gục gật đầu,

- Kinh Vĩnh Tế do vua Gia Long cho đào dọc theo biên giới nước mình với Chân Lạp, vừa mang tính chiến lược biên phòng vừa mở một thủy lộ phát triển giao thương giữa hai nước.

Minh trợn tròn mắt thán phục tiền nhân. Anh Công phóng mắt ra xa, qua khỏi những cảnh đồng mênh mông bên ngoài, trầm ngâm một lúc rồi nói:

- Đó là những cái lợi trước mắt của kinh Vĩnh Tế mà hậu thế có thể nhận thấy được. Còn những ẩn ý gì khác của tiền nhân thì làm sao mình biết.

- Bộ vua Gia Long cho đào kinh Vĩnh tế còn có mục đích gì khác hả anh.

- Khó nói được. Thời nào có thế nấy. Kinh Vĩnh Tế bắt đầu từ sông Châu Đốc, nhập vô sông Giang Thành, chảy ngang qua Hà Tiên trước khi đổ ra biển ở vịnh Thái Lan. Bởi vậy mục đích khuếch trương thương mại cho hai vùng Châu Đốc với Hà Tiên là hiển nhiên. Lại còn thu hút người Chân Lạp đến làm ăn buôn bán với chúng ta. Ngoài ra ...

Anh Công bỏ lững câu nói trong nỗi thán phục tài kinh bang tế thế của tiền nhân.Trầm ngâm một đổi anh thì thầm,

- Ngày xưa ông cha ta đã từng tiến quân tới tận Nam Vang để giảng hồi hòa bình cho vùng biên giới, cho dân mình được sống yên ổn. Thử tưởng tượng nếu lúc đó có kinh Vĩnh Tế, thì tiện lợi biết bao cho các chiến thuyền của ta được triều đình điều động vào Nam để dẹp loạn ở biên giới.

Anh Công ngẫm nghĩ một chặp,

- Nếu nhìn xa hơn, mình thấy Kinh Vĩnh Tế không chỉ dẫn vào Chân Lạp mà còn có thể mở đường thủy lên tận Ai Lao bên trên nữa chứ không chơi.

Minh say mê theo dõi câu chuyện của anh Công, không khác gì đang nghe một bài học lịch sử vô giá. Minh chặc lưỡi,

- Thủy quân của mình hùng hậu vậy hả anh. Có thể vượt biển từ ngoài Trung vô đây dẹp loạn.

- Hay lắm, và cứ mỗi lần đến một nơi nào, sau khi tạm ổn định tình hình, thì vua xuống chỉ cho xây thành quách và cử các vị tướng tài ba tới trấn giữ. Bắt đầu là thành Gia Định, tới Thành Mỹ Tho, rồi thành Vĩnh Long, vân vân. Cứ vậy mà từng bước xác lập chủ quyền nước ta ở phương Nam.

Minh càng nghe càng khoái chí,

- Không ngờ mình có truyền thống thủy quân vô địch vậy hả anh.

- Ờ, từ cả ngàn năm trước Ngô Quyền đã chiến thắng quân Nam Hán trên sông Bạch Đằng để giành lại độc lập cho xứ sở. Em biết mà, trường có dạy đó. Hơn 3 trăm năm sau, Hưng Đạo Đại Vương Trần Quốc Tuấn cũng dẹp tan quân Nguyên qua các trận thủy chiến. Chưa kể trận Hàm Tử mà Nguyễn Trải nhắc tới trong Bình Ngô đại cáo,

*Cửa Hàm tử bắt sống Toa Đô
Sông Bạch Đằng giết tươi Ô Mã.*

Anh Công tư lự một lúc, rồi tiếp,

- Nhưng nếu chỉ có sức mạnh quân sự và hành động võ biền thì không thể giúp dựng nước và mở mang bờ cõi được. Trong những cuộc xung đột với các thế lực lớn nhỏ từ Bắc chí Nam, mình còn có truyền thống:

*Đem đại nghĩa để thắng hung tàn,
Lấy chí nhân để thay cường bạo.*

Minh thắc mắc,

- Bí quyết của mình hả anh?

Anh Công nói,

- Cũng có thể nói như vậy. Bí quyết ở chỗ biết thu phục nhân tâm. Em coi như Thành Cát Tư Hãn ngày xưa, có thể xua quân chinh phạt khắp đông tây, từ Á sang Âu, từ bắc chí nam, nhưng đi đến đâu cũng chỉ để lại điêu tàn, chết chóc và nỗi uất hận trong lòng người. Ngược lại ông cha ta khi đến vùng đất mới với dân cư ô hộp, mà vẫn có thể quy tụ lòng người về một mối.

- Cha ông mình làm sao thu phục lòng người vậy anh.

- Chẳng cần làm gì hết.

- Sao lạ vậy anh.

- Tại vì chảy trong huyết quản của người mình là một văn hóa đối nhân xử thế tốt.

- Làm sao mình biết được anh.

- Bằng chứng là các câu ca dao tục ngữ truyền tụng trong dân gian từ bao đời. Như, 'Thương người như thể thương thân,' hay 'Bầu ơi thương lấy bí cùng. Tuy rằng khác giống nhưng chung một giàn'. Lâu ngày tạo thành nếp sống dung dị của người mình. Gặp người ngoài ai mà không thích.

Minh chợt nhớ đến câu nói ông giáo Tám thường nhắc với các con ông, bèn hỏi,

- 'Có qua có lại mới toại lòng nhau' hả anh?

Anh Công gật đầu, hiểu ý Minh muốn nhắc lại câu nói của ba anh như một thí dụ khác về lối sống của người mình.

Minh lại hỏi,

- Hồi đó có các giống dân nào sống ở vùng đất này vậy anh.

Nghĩ một chặp anh Công nói,

- Như anh đã nói, 'Đất lành chim đậu' mà. Anh nghĩ, vùng châu thổ sông Cửu Long màu mỡ, chắc quyến rũ không ít dân tứ xứ đến, từ các nước ở gần như Chân Lạp, Chiêm Thành, Xiêm La, hay xa hơn như Ấn Độ, Trung Hoa, Nhựt Bổn và các đảo quốc khác.

Minh xoe tròn mắt thán phục,

- Vậy mà họ cũng sống như người mình tới nay hả anh.

Anh Công gật gù nghĩ ngợi và cố giải thích,

- Mỗi giống dân đến đây lúc ban đầu ắt đã mang theo một hành trang văn hóa riêng, trước khi thừa hưởng ít nhiều văn hóa Óc Eo để lại. Nghĩ như vậy mới thấy nền văn hóa ta phải vừa linh động, để đem lại sự hài hòa trong xã hội, lại vừa có đủ cá thể để giữ được bản sắc dân tộc tới ngày nay.

Minh không hiểu ý anh Công lắm, nhưng trong lòng không khỏi cảm thấy lâng lâng, khoái khoái, tràn đầy niềm hãnh diện đối với quê hương.

Trong lúc thả hồn về quê ngoại, Minh chợt nhớ lại anh Công có nhắc đến An Giang như một trong sáu tỉnh của Nam Kỳ Lục Tỉnh, bèn hỏi,

- Hồi nảy anh có nói tới An Giang, là vùng quê ngoại của em đó hả anh.

- Đúng rồi, quê em ở Long Xuyên thuộc tỉnh An Giang. Dù ranh giới và tên gọi của tỉnh thành vùng này thường thay đổi theo thời đại, nhưng chung chung quê em thuộc vùng châu thổ sông Hậu, gần miệt cù lao Ông Chưởng.

- Không biết ông Chưởng là ai, mà em thấy ở quê em có nhiều đền miếu thờ ổng lắm.

- Ông là Lễ Thành Hầu Nguyễn Hữu Cảnh. một trong những vị tướng tài thời chúa Nguyễn Phúc Chu. Ông có công lớn mở mang bờ cõi phương Nam, và coi như có công đầu khai phá vùng đất An Giang. Người dân mến mộ gọi ông là Chưởng Binh Lễ, theo tên húy của ông. Sau lần ông kéo quân qua tới tận Nam Vang dẹp loạn, khi trở về tới cồn Cây Sao, nằm giữa sông Hậu, ở vùng Long Xuyên, thì ông bị bạo bệnh và qua đời. Để tưởng nhớ ông, người dân đổi tên cồn thành Cù lao Ông Chưởng, và lập nhiều đền miếu quanh vùng để thờ phượng Ông.

- Ổng hay quá hả anh.

- Ờ, trước đó ông đã từng bình định vùng Đồng Nai, Gia định, rồi mộ thêm dân từ miền Trung vào khai hoang, lập ấp, mở mang bờ cõi. Trong lúc ông đang trấn giữ Gia định lại được lệnh vua xuất quân xuống vùng biên giới Chân Lạp dẹp loạn.

Tội nghiệp, như anh nói hồi nãy, sau khi chiến thắng trở về tới An Giang ông lại mắc bệnh mà mất.

Ngồi trên chiếc xe đò lắc lư trở về thành phố, Minh dõi mắt ra xa trên những cánh đồng bất tận, trong lòng cảm thấy thấm thía hơn với công lao vô bờ bến của tiền nhân.

6. "Chuột"

Ở xóm Cây Lý có anh Phong, sau hai năm trau dồi tiếng Anh ở Hội Việt Mỹ, vào nghề thông dịch được vài năm, đã xây nhà mới và mua xe mới. Hôm qua Phong vừa lái chiếc Vespa ra khỏi cổng nhà, gặp Chuột đang xách giỏ đi chợ cho cô Út, anh ngoắt nó lại gợi chuyện. Phong cho biết anh có quen một chị chủ 'bar' đang cần người giúp việc. Giặt giũ, ủi đồ. Việc làm cố định, khỏi phải đi phất phơ trong xóm ai kêu gì làm nấy như tình trạng của Chuột hiện tại. Chuột tuy chưa bao giờ thấy cái 'bar' ra sao, nhưng cũng có nghe nói tới. Nó nghĩ chắc má nó sẽ không đồng ý cho làm việc ở các chốn ăn chơi như vậy, nên chỉ trả lời ừ ào cho qua. Từ hôm qua tới giờ lời đề nghị của Phong vẫn còn lởn vởn trong đầu Chuột, dệt nên những giấc mơ kiếm tiền nuôi má nó, và hy vọng còn mua được cho bà các món ngon vật lạ mà nó từng thấy nơi nhà giàu có. Chuột chợt nghĩ tới việc hỏi ý kiến cô Út, một cô chủ trẻ tuổi trong xóm mà nó kính mến như chị ruột, vì cô thường giúp đỡ hai mẹ con nó những khi hoạn nạn. Ngoài ra nó biết má nó coi trọng cô Út lắm, nếu cô Út đồng ý thì thế nào má nó cũng nghe theo, nó nghĩ.

Ngồi dưới gốc cây trứng cá trước nhà nghe Chuột kể chuyện Phong chỉ chỗ cho nó đi làm ở một quán bar, Cô Út nhíu mày suy nghĩ. Nghe tới hai chữ 'quán bar' và nghĩ tới thân Chuột còn non dại, chuông cảnh báo nguy hiểm reo lên từng hồi trong đầu Cô Út theo bản năng một người mẹ bảo vệ con, hay gần hơn trong trường hợp này là của một người chị cả bảo vệ đứa em út.

- Thường thì chị đã trả lời liền với em là không được, nhưng thấy thằng Phong là người tử tế và gia thế nó cũng đàng hoàng, nên chị không biết nói sao.

- Dạ em có nghe người ta nói cái này cái nọ về mấy chỗ bar đó. Nhưng em biết anh Phong từ hồi nhỏ tới giờ, nên nghĩ hổng lẽ ảnh gạt em sao.

- Gạt thì chắc nó không gạt. Chị chỉ sợ khi tới mấy chỗ sô bồ đó, con gái như em khó mà giữ mình.

- Nếu hỏi má em chắc bả cũng hổng chịu. Nhưng em thấy cứ ở quanh quẩn chỗ này làm gì ra tiền để chạy thuốc thang cho má em.... Gần cả năm nay cũng nhờ có thuốc chị cho, má em mới cầm cự được. Hổng lẽ cứ hết thuốc tới xin chị. Má em bả cũng ngại lắm.

- Chị biết hoàn cảnh của em. Nhưng ở đời không phải chỉ nghĩ tới tiền thôi. Lúc trước có chỗ quen biết giới thiệu với chị mấy mối làm ăn lớn, như cho Mỹ mướn xe, hay thầu giặt quần áo lính Mỹ. Chị từ chối hết. Mình đã trải qua thời Pháp, thời Nhựt, thấy biết bao cảnh đời như con thiêu thân cứ lao vào ánh đèn, để sau cùng bị thiêu rụi. Chị không có ý trách ai, mỗi người một hoàn cảnh. Ý chị chỉ muốn nói là nếu có thể tránh được thì mình nên tránh.

- Dạ em biết. Bây giờ mình tính sao vậy chị?

- Nếu được như thằng Phong nói, có việc làm ổn định thì cũng tốt. Không chừng sau một thời gian dành dụm được chút đỉnh, mình kiếm chuyện khác làm ăn.

- Vậy để em về xin phép má em. Em nói em có hỏi chị rồi nha chị.

- Phải ráng giữ mình nha em, đừng đua đòi với người này người nọ. Mình tới đó để giặt quần áo, thì cứ chăm chỉ lo làm công việc của mình. Ai sao kệ thiên hạ. Mỗi người một số phần.

- Dạ em biết.

Cô Út vẫn chưa an tâm:

- Mình nghèo nhưng phải biết giữ gìn nha em. Nghĩ coi nếu có tai tiếng gì má em sẽ buồn ra sao...

- Dạ em hiểu ý chị. Em sẽ nhớ lời chị dạy.

Hôm sau Cô Út lại tự tay sửa cái áo bà ba của mình cho Chuột mặc đi theo Phong ra gặp bà chủ bar.

Phong chở Chuột đến gặp chị Thúy chủ bar.

- Chị Ba ơi, đây là con Chuột ở trong xóm mà mấy bữa trước em nói với chị đó.

- Chà sao em giỏi vậy, biết bữa nay chị đang thiếu người.

Vừa nói Chị Thúy vừa đảo mắt quan sát Chuột từ đầu tới chân. Chị thoáng ngạc nhiên về khuôn mặt dễ nhìn của Chuột dù không chút phấn son trang điểm. Vóc dáng lại cao dong dỏng khoe một thân hình khá cân xứng.

- Bộ em làm bé ai hả?

Chuột nhướng mày cố hiểu ý chị Thuý, nhưng nghĩ không ra, lúng túng nhìn xuống mặt đất lẩm bẩm :

- Dạ đâu có, sao chị hỏi vậy.

Chị Thúy với tay xe xe vạt áo trước của Chuột rồi nói:

- Em biết loại 'soa' này mỗi thước giá bao nhiêu không. Nếu không được ai chu cấp mà em mặc nổi thứ này, thì em đâu có đi làm chi cho mệt.

Chuột hiểu ý chị Thúy nên đáp nhanh.

- Dạ áo này là của cô Út trong xóm cho em mượn.

Xoay qua Phong, chị Thúy trách:

- Người đẹp vầy mà em kêu Chuột này Chuột nọ, mất duyên con gái người ta hết.

Chị Thúy nhướng mắt dò xét Chuột từ trên xuống dưới thêm một lần nữa.

- Nè, em nói chị nghe, ở trong nhà em thứ mấy vậy.

- Dạ thưa chị em thứ sáu.

- Vậy chị kêu em là Sáu cho tiện nha...

Chị Thúy chưa nói dứt câu, một cô phục vụ phía trước hối hả chạy vô gọi chị ra bên ngoài, vì có khách mới tới đầy phía trước. Chị Thúy vội vã nhận cho Chuột tới giúp việc mỗi ngày, và sai nó ra phía sau phụ bà Tư giặt đồ.

Chiều nay một toán lính Mỹ nghỉ phép bất chợt kéo đến đông nghẹt. Nhằm bữa quán đang thiếu chiêu đãi viên, chị Thúy lúng ta lúng túng tìm cách giữ chân khách, sợ mất cơ hội làm tiền. Biết làm sao đây, chị thắc mắc, hôm nay gặp phải ngày quán có hai nhân viên bị cảm mạo cùng một lúc, phải nghỉ việc ở nhà. Chị Thúy bước ra sau lòng dạ rối bời, kéo ghế đẩu ngồi bên cạnh bàn ăn, uống tiếp ly cà-phê đá đang bỏ dở, nghĩ kế cứu vãn tình hình. Dõi mắt ra phía sân sau, chị thấy Chuột đang ngồi bên cạnh nhà tắm, giặt đồ trên sàn xi-măng, hai ống quần xăn lên tới gối để lộ cặp đùi trắng trẻo, thon thả. Mặc dầu là con nhà nghèo, phải đi làm thuê làm mướn từ nhỏ, nhưng dường như bụi đời không che nổi nét đẹp trời phú của Chuột. Trong đầu chị Thúy chợt lóe lên một ý nghĩ, mà thật ra không phải là lần đầu, nó đã nhen nhúm từ sau mấy lần chị để ý thấy nét con gái thỉnh thoảng hé lộ nơi Sáu.

- Sáu ơi, em đang làm gì vậy ... Lại đây chị nói này nghe nè.

- Dạ, em đang giặt đồ.

Vừa nói, Chuột vừa đứng dậy, vuốt nước xà bông từ hai cánh tay trần xuống thau, rồi quẹt vội hai bàn tay vào bên hông quần, chùi ngửa chùi xấp cho ráo nước, trước khi xỏ đôi guốc vào, chạy lúp xúp tới, đứng trước chị Thúy.

- Dạ chị kêu em.

- Ờ, chị có chuyện này muốn nói với em... Mấy bữa nay hết con Hồng xin nghỉ tới con Thủy bị bịnh không tới làm được. Con Thủy thiệt tình cũng biết lựa ngày nghỉ. Nhằm lúc quán đông khách như mấy bữa nay mà nó nằm nhà. Chị tính, hay là em lên phụ chị một tay nha.

Chuột chưa hiểu ý chị Thúy, giương mắt nhìn dò hỏi,

- Dạ thưa phụ chuyện gì vậy chị

- Ý chị muốn, em lên thế chỗ con Thủy dùm chị vậy mà.

Chuột chưng hửng, lính quýnh thoái thoát,

- Hổng được đâu chị ơi, em hổng dám đâu, má em biết được bả la em chết.

Chị Thúy là người từng trải, đoán trước được phản ứng của Chuột, nhanh nhảu đáp:

- Em có làm gì đâu mà sợ. Em chỉ ở lẩn quẩn phía nhà trên, ngồi cầm khách, như tụi nó làm mỗi ngày vậy đó. Có làm sao đâu chứ.

Thấy Chuột cúi đầu tránh ánh mắt của mình, hai bàn tay vân vê vạt áo, tỏ vẻ lúng túng, khó xử, Chị Thúy tâm sự:

- Tại bữa nay nhà có chút chuyện, chị mới nhờ tới em. Em biết không, làm ăn thời buổi này đâu phải dễ.

Chị Thúy chỉ tay về hướng quần áo đủ màu đang phơi ngang phơi dọc trên sào, nói tiếp:

- Mới mấy tháng trước, ba cái đồ này tụi nó còn phải đem về nhà tụi nó để tự giặt lấy hết. Chỉ có mấy lúc gần đây, nhờ trời, quán mình được đông khách hơn chút đỉnh, tụi nó than không có thì giờ giặt ủi quần áo nữa, nên chị mới nhờ Cậu Phong giới thiệu cho một người đáng tin cậy tới phụ ...

Chị Thúy bỏ dở câu nói, quan sát vẻ băn khoăn của Chuột, chị nhấc ly cà-phê lên, hớp một ngụm cho thấm giọng, rồi nói tiếp:

- Nghe cậu Phong nói gia cảnh em khó khăn, má em lại đang bị bịnh, nên chị mới nhờ cậu Phong kêu em đến làm thử. Chị tính trước sau gì cũng nói cho em biết, nếu chuyện làm ăn được suông sẻ, chị có thể nhờ em ở lại đây giúp chị luôn. Chị trả lương tháng cho em. Cứ giữa tháng chị ứng trước chút đỉnh cho em xoay sở, tới cuối tháng chị đưa em hết phần lương còn lại.

Tim Chuột chợt đập liên hồi. Không còn nỗi xúc động nào hơn, vui sướng nào hơn. Hai tiếng 'lương tháng' dù Chuột mới nghe lần đầu, nhưng cũng hiểu được ý nghĩa của nó. Nó là một điều không tưởng đối với Chuột. Nó nằm ngoài tầm mơ ước của Chuột. Từ trước tới giờ Chuột chỉ được trả khoán theo các việc làm lặt vặt, mà người trả công coi như đồng tiền bố thí cho gia đình Chuột. Số tiền lớn nhứt mà Chuột lãnh được cũng không quá năm đồng, đó là tiền công của trọn một ngày làm việc dài đăng đẳng, thường là từ tờ mờ sáng tới chạng vạng tối. Dù là lương ngày, đó cũng không phải là một số tiền cố định, mà tùy theo lòng tốt của người chủ nhà. Đôi khi chỉ nhận được ba, bốn đồng, Chuột cũng khúm núm cúi đầu cám ơn chủ nhà với nụ cười rạng rỡ, trước khi lủi thủi ra về. Dù chủ nhà có hỏi tới giá cả, thì câu trả lời mà bà Bảy dạy Chuột là 'Dạ, bà chủ muốn cho bao nhiêu cho.' Theo lời bà Bảy thì 'Phải nói vậy cho chủ người ta thương. Lần tới có chuyện làm, người ta mới nhớ tới mình, mà kêu lại phụ.'

Nhớ lần đầu Chuột cầm được tờ giấy năm đồng trong tay, ý nghĩ trước tiên đến với Chuột là có thể mua được năm khúc bánh mì chan 'nước cá'. Ngay trước cửa chòi lá của Chuột là một bãi cỏ hoang, mà sáng nào 'chị Tư bán bánh mì' cũng bày hàng trên cái bàn nhỏ thấp lè tè bên đường bán hai món ăn sáng phổ thông - bánh mì thịt và bánh mì cá. Nhiều lần Chuột đứng nhìn chị lát từng khoanh thịt ba rọi mỏng vánh tươm mỡ, rồi gắp để vào giữa khúc bánh mì bán cho khách mà không tránh khỏi cơn thèm thuồng. Còn bánh mì cá mà chị Tư bán, dùng thứ cá mòi hộp của Ma-rốc có pha sốt cà chua. Biết khách hàng thích thứ nước sốt này, chị pha thêm chút nước giấm đường để có đủ mà chan cho khách. Thỉnh thoảng Chuột cũng có dịp ăn bánh mì của chị Tư, thường là những lúc vừa khỏi bịnh nhưng vẫn còn yếu, bà Bảy muốn Chuột được sớm lại sức, mới đưa cho một đồng để mua bánh mì ăn. Giá một khúc bánh mì cá là 2 đồng. Chuột với vỏn vẹn một đồng bạc chỉ có thể mua được bánh mì chan nước sốt cá thôi.

Sáng nào bà Bảy cũng nấu một nồi cơm để ba mẹ con ăn cữ sáng và cữ trưa với một ơ cá kho, mà thường phải hâm đi hâm lại ăn vài ngày. Cá dưới sông thì nhiều, chịu khó đi bắt lúc nào cũng có, nhưng mẹ con Chuột kiếm đâu ra đủ tiền mua gạo, mua củi để nhúm lửa nấu ăn mỗi ngày ba buổi. Má của Chuột già cả không còn làm việc nặng nhọc được nữa, nên mỗi ngày đi mót củi nấu cơm, mà vì người ta ngày càng đông, củi mót được ngày một ít ỏi hơn. Nên ba mẹ con lúc trước phải ăn nhiều rau độn cho đỡ đói. Mà nhờ trời, rau cỏ thì không thiếu gì. Muốn rau cần cua và rau má thì ra ngoài sau vườn nhà Bà Tư ở đầu đường mà nhổ, miễn là phải xin phép bà Tư một tiếng thôi. Muốn ăn bắp chuối, thì leo tường vào sân sau của kho lúa gạo bỏ hoang gần đó, lựa một bắp chuối non đốn đem về, sắt nhuyễn ra làm rau chấm nước cá kho tiêu.

Miên man nghĩ tới gia cảnh của mình, rồi nghĩ đến người mẹ bị bịnh, đang đợi mình đem tiền về mua thuốc, Chuột thấy khó cưỡng lại sức hấp dẫn có khả năng đổi đời qua lời đề nghị của chị Thúy. Hơn nữa, dù còn trẻ, nhưng nhờ ra đời sớm, Chuột không thể không nhận ra được trong lời tâm sự của chị Thúy, còn có hàm ý nhắc nhở Chuột về tình trạng bấp bênh của việc làm của Chuột ở đây nếu không nghe lời chị Thúy. Biết vậy nhưng Chuột vẫn do dự và viện cớ thoái thác:

- Kỳ lắm chị ơi, em đâu có áo dài mặc để ra đứng ngoài trước. Mà có ra ngoài đó đi, gặp khách em biết nói gì đây. Hồi nào giờ, em đâu biết nói chuyện gì với ai. Huống hồ gì họ lại là người nước ngoài, em đâu có biết tiếng họ mà nói.

Chị Thúy mừng thầm cá đã cắn câu, nên nhanh nhảu đáp:

- Đâu có khó khăn gì. Em ra đó ngồi uống nước làm bạn với khách, như mấy đứa tụi nó làm vậy, chứ có nói năng gì đâu. Chị biết, lần đầu ai mà không bỡ ngỡ, để chị dặn thằng Đông vừa bán rượu vừa dòm chừng, nhắc nhở em. Có chuyện gì muốn biết em cứ hỏi nó, nó sẽ chỉ cho. Em đừng ngại.

Chị Thúy đứng dậy, thân thiện nắm tay Chuột, 'Thôi vậy đi há, em đi phơi đồ đi, rồi lên phòng chị. Chị kiếm áo dài cho em. Ở nhà này, thiếu gì thì thiếu, chứ đâu có thiếu quần thiếu áo đâu mà em lo.' Chuột miễn cưỡng gật đầu, 'Dạ' một tiếng nhỏ, rồi đi ra sau vườn phơi quần áo. Chị Thúy về đến phòng nhấc điện thoại gọi Hồng, đã xin nghỉ ở nhà hai hôm nay, lo cho đứa con trai ba tuổi bị sốt mê man phải đem vào bệnh viện. Sau vài câu thăm hỏi, nghe nói bệnh tình con của Hồng có phần thuyên giảm, chị kêu Hồng lấy Taxi đến ngay để phục sức cho Chuột 'trước khi cho nó ra trận', chị Thúy vả lả pha trò rồi phá lên cười. Vừa gác điện thoại xuống, chị Thúy lại nhấc lên kêu thím Tư chuyên làm móng tay móng chân đến phục vụ cho Chuột.

Phơi quần áo xong, Chuột hồi hộp lê những bước chân nặng trĩu vào nhà trong, rón rén bước vào phòng chị Thúy mà hằng ngày Chuột từng thoải mái ra vào để mang quần áo dơ đi giặt, nhưng hôm nay lòng Chuột tràn ngập một nỗi lo vu vơ, cảm thấy mình sắp làm một điều mà có lẽ không nên làm. Chị Thúy thoáng nhìn thấy Chuột vội kêu lên, 'Em lại đây coi nè ...'. Vừa nói chị Thúy vừa chỉ tay về hướng bốn chiếc áo dài màu sắc rực rỡ mà chị trải ra bên mép giường, để so kích thước, xem cỡ nào vừa với Chuột. Trỏ tay vào cái áo dài màu tím, Chị nói:

- Áo này của con Hồng nè. Chị nghĩ cái 'co' em chắc cũng cỡ của nó, đâu em mặc vào thử coi có vừa không. Nếu thấy chật, em thử cái áo xanh của con Thủy, nó hơi rộng hơn một chút, nhưng chiều dài chắc được, vì hai đứa tụi nó đều cao xấp xỉ như em. Em nhớ mặc thử cái quần Musselin trắng của con Hồng luôn, để coi có cần lên lai gì không, rồi em ngồi đây chờ con Hồng tới nó lo hết cho em. Tội nghiệp con nhỏ, con nó bị bịnh ở nhà, mà nó cũng ráng tới để lo cho em đó. Chị phải ra phía trước tiếp khách một chút, họ không thấy chị, họ không vui.

Ngồi lại một mình trong căn phòng đầy nhung lụa của những con nhộng diễm phúc sanh ra trong kén tơ trời êm ả, nực mùi dầu thơm mắc tiền, Chuột nghĩ trong lúc lơ đễnh rảo mắt quanh phòng. Phía trước Chuột bên cái ghế trường kỷ cẩn ốc xà cừ là cái tủ sắt cũ kỹ với một vài mảng sơn xanh bị trốc, trên có bộ lư nhỏ và mấy cây nhang lớn cúng thần tài đang âm ỉ cháy. Kế bên là bàn phấn, bừa bãi các thỏi son đủ màu, mấy hộp phấn, bình nước hoa, mấy cây chì màu kẻ chân mày. Tại góc bàn là một máy sấy tóc mua từ PX của lính Mỹ, bên cạnh nhiều ống quấn tóc, vài ba cây lược lớn nhỏ và bàn chải tóc. Trước kiếng soi mặt là hai hộp bánh ngọt ngoại quốc đựng đầy nữ trang, với nhiều chuỗi ngọc trai, bông tai, giây chuyền, nhẫn đeo tay đủ các thứ.

Hết nhìn xung quanh, Chuột lại ngao ngán nhìn xuống bốn chiếc áo dài nằm phơi mình sóng soài trên giường, như bốn cô gái hớ hênh đến bất cần, đang buông thả theo định mệnh sau cơn vui thác loạn. Chuột uể oải đứng dậy, do dự làm theo lời chị Thúy dặn, lúng túng thay vào bộ quần áo của Hồng. Chuột thoáng nhìn mình trong gương cảm thấy ngượng nghịu, sượng sùng, vội vã trở lại ngồi bên mép giường, như để lánh xa thế giới xa lạ vô định mang tên 'Sáu', và tìm về với thế giới quen thuộc, an toàn của 'Chuột', của chính mình. Trong thế giới đó, cái đẹp, miếng ngon, không phải là những thứ để Chuột hưởng thụ, mà để Chuột chăm chút cho 'Cô Hai'. Từ nhỏ Chuột đã đến nhà bà Huyện làm công, thường để bà sai bảo vặt vãnh, như lau quét bàn ghế, chùi ô trầu, rửa ống ngoáy, chìa vôi cho bà, nhưng công việc chánh của Chuột là giặt giũ quần áo cho Phượng, cháu nội cưng của bà Huyện, mà Chuột gọi là cô Hai. Ngoài ra, mỗi trưa Chuột còn gọt cam, hay rửa trái cây để sẵn ở nhà bếp, chờ Phượng ngủ trưa dậy, đem lên phòng ngủ của Phượng trên lầu, 'mời cô Hai ăn'. Thỉnh thoảng sợ Phượng ăn cam nhiều dễ nổi mụn, theo lời bà Huyện, bà sai Chuột ra chợ mua củ sắn về gọt cho Phượng ăn cho mát. Qua nhiều ngày tháng sống bên cạnh hầu hạ bà Huyện và gần gũi phục dịch cô hai Phượng, Chuột không chỉ là một người tớ trung thành, mà còn cảm thấy là một phần tử của gia đình, đang góp phần duy trì một nếp sống, một kỷ cương từ thế hệ trước của bà Huyện đến thế hệ sau của 'cô Hai'.

Bấy lâu nay Chuột mãn nguyện góp phần xây dựng một thiên đường không có bản thân mình trong đó, chỉ vì không có sự lựa chọn nào tốt hơn. Hôm nay lần đầu tiên trong đời nàng có thể được tự quyết định số phận mình nên không tránh khỏi hoang mang. Nàng lo ngại trước những rủi ro đang chờ đợi, và trước những trở ngại thành kiến đã bao đời trói buộc cá nhân, nhưng lại phấn khởi trước ngưỡng cửa tương lai rộng mở, cho cái tôi tha hồ bay cao, tiến xa. Sau cùng, sức quyến rũ của hành trình khám phá bản thân đã đủ mãnh liệt để giúp nàng chấp nhận mọi hệ lụy của sự lựa chọn mang tính định mệnh này.

Chuột chỉ phục vụ ở quán bar chị Thúy được vài tháng thì bắt đầu chứng kiến tình trạng khách hàng đến nhậu nhẹt mỗi đêm ngày một thưa thớt. Quân đội Mỹ đã bắt đầu những đợt rút quân khỏi Việt Nam ngày một nhiều. Không lâu sau, mối lo trong lòng Chuột đã thành hiện thực.

Chị Thúy báo tin quán sẽ đóng cửa. Bên ngoài trời vẫn còn mưa lâm râm vài hột, Chuột khoác vội lên người chiếc áo mưa Hồng Kông do bạn chị Thúy gạ bán tháng trước, phóng xe Honda dame về gặp Cô Út.

"Làm gì mà bộ tịch hớt ha hớt hãi vậy?" Cô Út hỏi. Chuột thận trọng nhìn trước nhìn sau, trước khi bước tới nói nhỏ bên tai Cô Út, "Ngày mai là em hết đi làm luôn rồi Út ơi."

Cô Út, như những người từng theo dõi thời cuộc, đã biết trước sẽ có ngày hôm nay, nhưng vẫn cảm thông với nỗi lo âu của Chuột, bâng quơ hỏi:

- Vậy em tính sao?

- Cũng may nhờ Út giúp, dành dụm được chút đỉnh hai năm nay. Trời cho bao nhiêu mình xài bấy nhiêu, chứ biết sao bây giờ hả Út.

Cô Út an ủi,

- Ừ, thì hồi trước em có đồng nào đâu, mấy mẹ con cũng sống qua ngày.

Sau một lúc tư lự Cô Út tiếp,

- Nói thiệt, chị cũng có phần nào mừng cho em. Không chừng vậy mà tốt hơn. Tiền của em để dành tới nay cũng có trên chục ngàn đô, đủ làm vốn mở tiệm buôn bán với người ta. Má em bả cũng mừng. Chứ cái kiểu như mấy tháng nay, bả mà biết được chắc bả từ em luôn.

Cô Út với tay lấy sâu chìa khoá trên bàn làm việc, đi vào phòng ngủ mở tủ sắt lấy tiền của Chuột gởi bấy lâu nay. Hai chị em ngồi bên mép giường, Cô Út trao Chuột hộp bánh biscuit, bên trong đựng đầy mấy xấp tiền đô-la xanh, và một số đô-la đỏ, một loại giấy bạc dành riêng cho lính Mỹ xài mà Chuột chưa có dịp đem đổi. Tổng cộng được gần mười hai ngàn rưởi. Cô Út buộc Chuột phải đếm lại kỹ lưỡng từng đồng. Ngồi nhìn Chuột tay chân cuống quýt trước số tiền lớn như vậy, Cô Út lại đâm lo, nhắc lại lời khuyên lúc trước với Chuột:

- Em nhớ không, chị thường nhắc em ráng để dành tiền, chừng nào đủ vốn mình kiếm chuyện buôn bán làm ăn.

- Dạ, bởi vậy em đâu dám ăn xài gì. Chỉ lâu lâu mua cái này cái nọ cho má em vui thôi. Em nhớ chị nói chừng nào em có đủ vốn, chị kiếm cho em một chỗ mua bán gì đó. Chị kiếm được chưa.

- Chị biết có người muốn cho mướn tầng trệt của căn phố lầu bên bờ kinh. Em thấy sao?

- Em mà biết gì chị. Chị làm ơn tính hết giùm em.

- Chị thấy chỗ đó giữa thị tứ lại ở gần hai ba cái trường học, nên mấy bữa nay trong bụng nghĩ hổng chừng mở tiệm 'bazar' bán đồ học trò chắc được. Lúc này sao trường sở mọc lên như nấm, đi đâu cũng thấy học trò với thầy giáo, cô giáo.

Chuột mừng quýnh lên với ý nghĩ mình sẽ là một bà chủ tiệm, nhưng nghĩ đến thực tế Chuột lắc đầu nguầy nguậy:

- Hổng được đâu chị ơi, em mà biết làm ăn gì, đọc chữ còn chưa trôi làm sao buôn bán... Có đếm tiền thì mặc may em đếm được, chứ đâu có biết tính toán lời lỗ gì.

- Được rồi, bước đầu chị sẽ lo cho em. Thét rồi quen chứ không sao đâu.

Trầm ngâm một lúc Cô Út nhắn nhủ thêm:

- Nhớ đừng ăn xài phung phí nha em, người ta mà ngồi không ăn thì tới núi cũng sập. Chuyện tiệm quán mình tính là tính vậy, chứ cũng không biết nó tới đâu.

Chuột từ giã Cô Út mang theo tâm trạng buồn vui lẫn lộn. Buồn vì mất việc không còn tiền vô từng xấp mỗi đêm và không biết trong những ngày tháng tới cuộc sống sẽ ra sao, nhưng cũng vui như vừa trút được một gánh nặng trên vai. Mỗi ngày đi làm trong lòng Chuột đều nặng trĩu mối lo ngày bà Bảy biết được cô hành nghề 'bán bar'. Về gần tới nhà, Chuột thầm mong bà Bảy đang nấu cơm ở phía sau, để Chuột có dịp giấu tiền dưới gầm giường. Bước vào nhà không thấy mẹ, Chuột đinh ninh bà đang nấu cơm sau hè, nên cẩn thận nhét mấy xấp tiền dưới miếng nệm mousse phía bên nàng nằm mỗi đêm trước khi vuốt tấm drap giường lại cho thẳng. Sau khi đảo mắt xem xét kỹ lưỡng khắp giường cho tới khi an tâm không tìm thấy dấu hiệu gì để lại mà người ngoài có thể phát hiện được, Chuột bước ra sau nhà tìm bà Bảy, dù trong bụng còn phân vân không biết nên báo tin bị mất việc với mẹ lúc này hay không.

Trước sau gì cũng phải nói, nhưng nói sớm sợ mẹ buồn. Chuột chợt thấy mẹ đang nằm trên cái giường tre cũ bỏ phía sau nhà, lò nấu cơm lạnh tanh không củi lửa. Chuột giật mình,

- Ủa, má bị bịnh hả má.

Bà Bảy nằm co người, quay mặt vào vách không trả lời trả để gì. Chuột thêm lo lắng, cố lay mẹ dậy, dồn dập hỏi:

- Má có sao không má. Để con đưa má đi nhà thương nha?

Bà Bảy vùng vằng hất tay Chuột ra, nói:

- Thôi mầy muốn tao chết mà, để tao chết cho mầy vui.

Chuột chưng hửng:

- Má nói gì kỳ cục vậy má.

Bà Bảy vẫn nằm im thin thít. Chuột bắt đầu chột dạ, linh cảm có điều gì làm bà giận lắm, chứ không như mấy lần trước chỉ mắng chửi vài câu rồi quên. Chuột ráng gặng hỏi,

- Đang yên đang lành mà má nói gì vậy hổng biết.

- Thì mầy cứ đi hỏi hàng xóm đi.

Vớ lấy cái khăn rằn vắt ở đầu giường lau nước mắt, bà Bảy nghẹn ngào,

- Cả xóm người ta nói mầy lấy Mỹ đó.

Trời đất như sụp đổ. Đôi chân bủn rủn, Chuột ngồi sập xuống bên mép giường, ôm mặt khóc.

Số là hồi trưa có thím Tám trong xóm đang chuẩn bị đám cưới cho con trai, tới nhà định kêu Chuột cuối tuần đến giúp việc nhà cho thím. Bước vào nhà thấy cái giường nệm mousse trải drap hồng thẳng tắp kế bên cái tủ buffet bằng kiếng sáng trưng, thím sanh lòng đố ky, nói với bà Bảy:

- Chà, con Chuột lấy Mỹ coi bộ khá hả bà Bảy. Hèn gì mấy lúc sau này ít thấy nó, tui tính kêu nó tới phụ mấy ngày nhưng chắc điệu này, hổng được rồi.

Nói xong thím ngoe nguẩy bỏ đi, để lại một vết đâm đau buốt tận đáy tim bà Bảy. Bà tủi hổ, trốn vào nằm trong góc giường khóc. Bà vừa cảm thấy thương con, vừa trách con. Thương vì trong thâm tâm bà biết, 'Nó làm vậy cũng vì mình.' Trách con sao quá dại. Bà thà chết đi với lương tâm thanh thản gặp chồng, hơn phải sống mà chịu tiếng đời gièm pha.

Chuột lau nước mắt, xin lỗi bà Bảy, phân trần mọi sự do Trời Đất dun rủi. Chuột kể lại chuyện có một nhân viên bị bịnh và người chủ nhờ cô thế chỗ, nên đã không thể từ chối. Chuột tuyệt nhiên không nói gì về lý do muốn chạy tiền thuốc thang cứu bà Bảy lúc đang bệnh nặng, vì sợ mẹ buồn. Bà Bảy vẫn không chịu rời khỏi giường, bà bỏ cữ cơm chiều, rút vô nớp ngủ.

Chuột thả mình xuống chiếc giường trống rỗng giữa ốc đảo hoang vu. Nàng trăn trở, không thể nào nhắm mắt, bao nhiêu tâm huyết như đổ sông đổ biển. Nàng nhận ra tất cả chỉ là ảo ảnh, chợt tắt ngúm như màu sắc cầu vồng tan biến trong chớp mắt sau cái vỡ bong bóng nước. Từ cảm giác tự do như chim trời bay xa vào những lúc phóng Honda trên đường vắng, tới cảm tưởng nghêu ngao giữa trời cao bao la, tự tin nơi giá trị bản thân qua lời khen của chủ, hay sau mỗi lần nắm trong tay cọc tiền đô-la dầy cộm do chị Thúy trao. Dù từ lâu nàng vẫn cam tâm sống trong thế giới mộng mị giữa bốn bức tường thành kiến dày đặc. Nhưng nó không buông tha nàng, nó tiếp tục xiết chặt vòng vây, đến độ phá vỡ túi sinh mộng ảo nhỏ bé của nàng. Nàng thấy ngột ngạt trong đêm dài lê thê ẩn hiện qua ánh đèn cạn dầu nhá nhem. Theo thói quen Chuột với tay lấy chai dầu trên bàn ngủ định châm thêm, nhưng cảm thấy là việc làm vô nghĩa. Nàng không cần thứ ánh sáng soi mói đời tư của mình, nàng muốn tìm một sự yên tĩnh trong bóng đêm. Chuột đặt chai dầu trở lại bàn. Lọ thuốc trụ sinh uống dở để kế bên đập vào mắt nàng. Chuột nhìn nó chằm chặp, bất động, trầm ngâm, và như đã tìm ra con đường giải thoát, mạnh dạn trút hết số thuốc còn lại ra tay, vốc vào miệng. Nằm vật xuống giường. Mãn nguyện trong thế giới riêng tư của một người. Tới trưa khi bà Bảy không nghe động tĩnh gì bên trong, bước vào quan sát thì đã quá muộn. Bà ôm xác con khóc lóc thảm thiết.

Cô Út ngồi một mình, nghĩ về cái chết của con Chuột, văng vẳng bên tai vọng về giọng ngâm của ba cô bên hè nhà vào những buổi trưa:

'Thuở trời đất nổi cơn gió bụi,
Khách má hồng nhiều nỗi truân-chuyên;
Xanh kia thăm thẳm từng trên,
Vì ai gây-dựng cho nên nỗi này!'[12]

7. Kiếp bèo trôi

Tuất là một người Canada gốc Việt trạc bốn mươi, nước da ngăm ngăm, tướng tá cao ráo, ít ra là so với nhiều đồng hương khác. Anh là chủ nhân của 3 tiệm Neo (Nails) tại thành phố Winnipeg, thủ phủ tỉnh bang Manitoba. Chỉ mấy năm trước anh và nhiều đồng hương người Việt tị nạn, như cây cối giữa rừng nhiệt đới bị bão táp bứng gốc qua đêm, ném ra giữa biển, trôi dạt vào một góc khuất lạnh lẽo của địa cầu để tự sinh tự diệt trong môi trường đất, nước, thổ nhưỡng xa lạ.

Cái đến đột ngột của biến cố đánh dấu một bước ngoặt lịch sử của cả một dân tộc là sự thay đổi quá lớn lao, ngoài tầm nhận thức của Tuất, khiến anh cảm thấy chơi vơi lạc lõng trong cơn mộng mị giữa ban ngày. Quá khứ chợt vuột khỏi tầm tay. Hiện tại chưa nắm bắt được đã sớm nhập nhằng với tương lai.

Giờ đây lạc lõng giữa ốc đảo băng giá, trùng trùng tuyết trắng. Tất cả đều xa lạ, từ cụm mây trên trời tới cành cây ngọn cỏ dưới đất, từ tiếng nói tiếng cười của con người bên trong xưởng làm, đến những tiếng động cơ khí của xe cộ bên ngoài đều lạ lẫm bên tai anh thợ máy Tuất.

Tuy nhiên, với ý chí phấn đấu bền bỉ và những nỗ lực không ngừng nghỉ, sau chưa đầy một thập niên định cư tại Canada, hai vợ chồng Tuất đã đạt được một thành tựu đáng kể, là sở hữu một tiệm làm móng tay ở trung tâm thành phố Winnipeg, Manitoba. Tuất hãnh diện về những thành tựu của gia đình, nhưng trong lòng anh cũng không thiếu những cảm kích dành cho những tấm lòng nhân ái của người dân địa phương từng giúp đỡ gia đình anh cũng như những đồng hương cùng cảnh ngộ trong những bước đầu lập nghiệp khó khăn nơi xứ lạ quê người. Ngoài ra, trong sâu thẩm tâm hồn, anh tin là những thành tựu nếu có mà anh gặt hái được đều là nhờ sự dưỡng dục của bà nội anh, người đã ban cho anh món quà vô giá đầu đời: một la bàn đạo đức.

Sáng nay mang đến cho Tuất một cơ hội hiếm hoi và quý giá để thả hồn vào những suy tư. Tàn dư của cơn bão tuyết đêm qua đã ngăn cản dòng khách hàng thường ngày, để lộ ra vẻ đẹp mê hồn của lớp tuyết trắng xốp phủ khắp mặt đất xung quanh anh. Nó mời gọi anh bước vào một cõi suy tư, cho phép anh hồi tưởng về những kỷ niệm quý báu của thời gian đã qua.

Tuất rảo bước vào văn phòng, thả người xuống ghế dựa, gác hai chân lên các mảnh biên lai, biên nhận, lớn nhỏ ngổn ngang trên bàn làm việc, lơ đễnh dõi mắt ra bên ngoài khung cửa kính tìm ít phút quên lãng hiếm hoi. Tuất với tay mở nhạc từ cái máy cassette đặt ở góc bàn. Thừa lúc không có khách hàng ở phía trước Tuất mở nhạc Việt Nam lớn lên nghe cho đã, để có thể bỏ ngỏ tâm hồn nghênh đón tiếng hát Hương Lan, cho làn điệu mượt mà ru người vào cõi mộng, cho con tim lắng đọng, cho ký ức đơm hoa.

Ôi tiếng hát Hương Lan! Là ngọn gió mát trên cái võng đong đưa bên hè, rợm bóng cây măng cụt trong vườn Lái Thiêu; là ghe nước ngọt người dân hiền hòa miền Kinh Nước Mặn đang chờ; là mấy trái mận no tròn, bóng lưởng, như đôi má hây hây căng đầy nhựa sống của cô gái Trung Lương; là những cánh cò trắng tung bay xa xa khi chiếc xe đò lục tỉnh ra khỏi cầu Bình Điền. Còn là ly nước mủ trôm pha đường phèn của người tình nhỏ làm mát lòng mát dạ anh lính mới ở quân trường. Xuôi dòng tiếng hát Hương Lan cả bầu trời chan hòa trong nắng ấm quê hương chợt ùa về ôm trọn hồn Tuất.

Bên ngoài vạn vật chìm trong biển tuyết trắng chói chang. Tuyết che mặt đất, tuyết phủ hàng rào, tuyết ôm chầm thân cây trơ cành giữa mùa đông khắc nghiệt. Lạ thay, băng giá không làm nguội nỗi nhớ quê hương, mà ngược lại càng hâm nóng ký ức tuổi thơ trong lòng Tuất.

Lớp áo tuyết trắng phủ quanh mấy cành táo khẳng khiu lại làm Tuất nhớ tới những bao xốp trắng ôm tròn mấy cọng rau nhút mọc đầy ao đầm ở xã Long Kiến, quận Chợ Mới, Tỉnh An Giang, nơi Tuất sanh ra và lớn lên. Bao nhiêu hình ảnh ấp ủ từ trong sâu thẳm chợt ùa về theo hương vị nồng nàn của rau nhút hòa quyện với nước chấm mằn mặn của tô mắm kho do bà ngoại Tuất nấu.

Quê ngoại ở cạnh quê nội, nằm trên Cù lao Ông Chưởng ở giữa lòng sông Hậu, nổi tiếng có nhiều cá tôm, đến độ chim chóc trên trời kháo nhau kéo đến mà ăn:

Ba phen quạ nói với diều,
Cù-lao Ông Chưởng còn nhiều cá tôm.

Tuất không biết nó nhiều cỡ nào, nhưng nhớ mãi chuyện bà ngoại kể lại. Tới mùa nước lớn cá từ Biển Hồ bên Nam Vang đổ xuống, rồi theo nước lũ tràn ra đầy đồng. Dân làng tha hồ lội xuống ruộng vớt lên, gánh đem về nhà làm khô làm mắm. Đi dọc đường, chốc chốc thấy nặng trên vai thì dừng lại lựa một con cá lớn từ thúng trước và một con từ thúng sau vứt đi cho nhẹ gánh.

Nghĩ tới cá với mắm Tuất lại nhớ tới hương vị thơm ngọt của mấy khứa đuôi cá lóc dùng làm dịu cái mặn của tô mắm kho để và với rau sống, mà bà ngoại Tuất từng lụm cụm nấu đãi họ hàng mỗi lần có bà con bên nội qua thăm. Lần nào bà cũng không quên vớt hai con tôm thẻ ngọt sớt trong tô mắm để riêng vào chén cơm của Tuất, sợ 'tụi nhỏ ăn hết món ruột' của cháu cưng của bà.

Dù Tuất chỉ sống với bà mấy năm đầu đời, nhưng nước sông đã chảy thì không thể dừng, phù sa đã bồi thì không thể lở, những truyện cổ tích bà kể, những lời ca bà hát ru cháu ngủ tiếp tục lưu hành trong huyết quản nó. Những âm thanh êm ả, rỉ rả trong tiềm thức dệt nên một trời ký ức tuổi thơ huyền diệu trong tâm khảm Tuất. Nơi đó có 'con Tấm' hiền thục, hiếu thảo, ẩn náu trong hột thị, cho tới ngày có cái duyên gặp bà lão nghèo nàn, đơn chiếc, đứng dưới gốc thị mà kêu, '… Thị thị rớt bị bà già ăn chơi …'. Tấm đã theo bà về nhà để kín đáo hiện hình những lúc bà đi vắng mà chăm lo cơm nước, quét dọn nhà cửa cho bà.

Các câu hò, điệu lý lúc ban đầu chỉ là những mớ bòng bong ngổn ngang trong đầu đứa cháu:

… Khớp con ngựa ngựa ô … Ngựa ô anh khớp … Anh khớp cái kiệu vàng… Anh tra khớp bạc … lục lạc đồng đen … búp sen lá dặm … dây cương nhuộm thắm … cán roi anh bịt động 'thà'.

… I … Í … I … Đưa nàng 'dìa' dinh … là anh đưa nàng 'dìa' dinh …

Những câu từ, chữ nghĩa, lạ lẫm nó chưa từng nghe, thêu dệt nên những hình ảnh nó chưa từng thấy, nhưng đối với con tim nó thì khác, nó nếm được cái ngọt ngào trong chất giọng của bà, nó cảm nhận được cái ấm áp, dỗ dành, yêu thương phát xuất tự cõi lòng bà. Cứ vậy mà nó an tâm đi vào giấc ngủ, men theo tiếng leng keng của lục lạc, tìm đến những đóa sen hồng lãng đãng giữa ao nhà.

Những phép mầu kỳ diệu dần dà bén rễ trong tâm hồn trẻ thơ. Vọng về đâu đó trong tiềm thức Tuất còn có tiếng đàn giải bày nỗi lòng Thạch Sanh … 'Đờn kêu tích tịch tình tang, ai đưa công chúa lên thang mà về'. Theo thời gian những mẫu mực của cái xấu cái đẹp, cái thiện cái ác, cái nhân cái quả, tượng hình qua những tấm gương tương phản của các nhân vật trong truyền thuyết, đã ánh lên thứ ánh sáng hải đăng dẫn dắt Tuất vào đời, ươm mầm cho tấm lòng biết vui buồn theo từng cái vui, nỗi buồn của dân gian.

8. Tết Hải Ngoại 1976

Tết Bính Thìn vào ngày Thứ Bảy 31 tháng Giêng năm 1976, là cái Tết xa nhà đầu tiên của người Việt tị nạn ở hải ngoại. Riêng tại Winnipeg, mục sư Swanson, dù mang cái tên mà nhiều người Việt cảm thấy 'đọc trẹo bản họng', khó phát âm cho đúng được, nhưng tấm lòng của ông dành cho cộng đồng thì không ai không cảm kích, đã tận tình hỗ trợ cho người Việt tổ chức một buổi họp mặt ăn Tết tại phòng tiệc ở dưới hầm nhà thờ.

Một tuần trước Tết, anh Hiển lái xe đến đón Tuất và anh Minh đi phố Tàu mua nhang đèn cúng Tết và vài vật liệu trang hoàng tạo không khí Tết cho phòng hội. Anh Hiển là một trong vài người sắm xe sớm nhất trong số đồng hương đến cùng thời. Anh từng tu nghiệp ngành truyền tin tại căn cứ hải quân Mỹ trên đảo nhân tạo Treasure Island ở vịnh San Francisco, và sau đó còn trở lại trong vai trò huấn luyện viên. Sau khi đến Winnipeg, nhờ thông thạo tiếng Anh lại có tay nghề cao nên anh đã tìm được việc làm tốt và sớm hội nhập đời sống địa phương, sắm xe, mua nhà, theo trình tự bất thành văn đã đi vào nếp sống của dân tứ xứ trên mảnh đất thời cơ.

Anh Hiển vừa mở máy xe, Tuất ngồi ở băng sau, chưng hửng nhìn quanh, tìm kiếm. Tiếng nhạc quen thuộc ra rả bên tai hằng ngày từ cái ra-dô ở ga-ra chú Bảy, sau mấy tháng bặt tăm, tưởng chừng không bao giờ còn được nghe lại nữa, bỗng trỗi lên quanh đây. Té ra nó phát xuất từ cái máy Cassette ở phía trước xe của anh Hiển, những âm ba không chỉ quen tai mà còn chạm vào tận đáy lòng của Tuất.

Giờ đây lạc lõng giữa ốc đảo băng giá, trùng trùng tuyết trắng. Tất cả đều xa lạ, từ cụm mây trên trời tới cành cây ngọn cỏ dưới đất, từ tiếng nói tiếng cười của con người bên trong xưởng làm, đến những tiếng động cơ khí của xe cộ bên ngoài đều lạ lẫm bên tai anh thợ máy Tuất. Bỗng dưng, ùa về trong thinh không cái quen thuộc, cái thân thương từ trong sâu thẩm tận đáy lòng. Cái ấm áp làm tan băng chảy tuyết, thành dòng nước ngọt, thành con suối mát, róc rách bên tai, tỉ tê trong lòng. Tiếng nhạc từ máy cassette của anh Hiển âu yếm ôm trọn lấy Tuất vào lòng. Rõ ràng là giọng hát người em gái hậu phương của mấy anh lính mà Tuất nghe mỗi ngày trên ra-dô và trên TV ở ga-ra chú Bảy. Giọng hát của TV Chi Bảo Phương Hồng Quế đây mà. Riêng đối với Tuất chất giọng thân thương đó còn gần gũi hơn, vì nó mang âm hưởng thắm đượm chơn tình của cô bạn mà chàng từng thầm yêu trộm nhớ.

Xe chạy tới trước cửa tiệm thực phẩm, dừng lại bên lề đường, anh Minh giang tay ngỏ ý ngăn anh Hiển tắt máy xe, để được nghe hết bản nhạc tiếp theo Hà Thanh đang hát. Anh rút gói thuốc Player từ trong túi áo parka ra mời anh Hiển. Hai anh quay cửa kiếng xe nhích xuống một tí, vừa đủ để tiễn từng ngụm khói thuốc ra bên ngoài, lại tránh khỏi bị khí lạnh cắt da cắt thịt ùa vào bên trong quá nhanh. Giây phút tưởng chừng dù ngồi giữa căn lều tuyết của những người Eskimo trên tận đỉnh địa cầu cũng không ngăn nổi hai anh em bạn lính không hẹn mà cùng quay về dĩ vãng, tìm lại những khoảnh khắc hiếm hoi ngồi dựa ba lô nghe nhạc lúc dừng quân, bên cánh rừng, ven cánh đồng, dưới bầu trời nhiệt đới oi ả.

Chỉ có phép mầu âm nhạc, và phải là âm nhạc Việt Nam, mới có đủ huyền năng ươm cho phượng nở vào đông, mai vàng trổ hoa trên tuyết trắng, để làm vơi đi nỗi mất mát trong tâm hồn, để xoa dịu nỗi đau trong lòng những kẻ tha hương bất đắc dĩ. Tiếng hát Hà Thanh khoác nét trang đài mẫu mực cung đình lên cái sâu lắng của sông Hương, cái hữu tình muôn thuở của miền núi Ngự, nếu ngày nào có thể mang đến những khoảnh khắc yên ả, lắng đọng, giữa chốn xô bồ, thì giờ đây lại đem đến cái vỗ dành của tiếng ru quê hương đối với những đứa con lưu lạc bị vùi dập bởi cơn thịnh nộ của đất trời, nhắc nhớ chiều dài lịch sử dân tộc vượt xa những biến động thăng trầm nhứt thời của thế gian.

Tiếng nhạc vừa dứt, Minh với tay dụi tắt điếu thuốc, dõi mắt ra bên ngoài khung kính, buột miệng bâng quơ:

- Nghĩ lại thấy Phạm Quỳnh nói đúng chỉ một nửa.

Anh Hiển trố mắt nhìn anh Minh, Anh Minh tiếp:

- Hôm nọ lúc đang ngồi nhậu, tụi này có nhắc lại câu nói bất hủ của Phạm Quỳnh, đại khái là … truyện Kiều còn … nước ta còn. Nhưng hôm nay mình thấy cần nói thêm: Âm nhạc ta còn, nước ta còn.

Anh Hiển gục gật đầu tâm đắc. Trầm ngâm một đỗi rồi nói:

- Chí lý, chí lý. Nhạc cải cách chẳng luôn gắn liền với đời sống các thế hệ thanh niên thời đại sao.

Anh Hiển không sai, trải qua bao thăng trầm của đất nước, tân nhạc tuy sinh sau đẻ muộn nhưng đã gắn bó với những người thanh niên thành thị như bóng với hình qua nhiều thập niên, nhưng quan trọng hơn là đã đi vào lòng người và phổ biến sâu rộng trong quần chúng, bất chấp mọi thử thách từ hoàn cảnh nước nhà khó khăn đến thành kiến xã hội nặng nề đối về nghề 'xướng ca'.

Tùy từng giai đoạn lịch sử, niềm vui và nỗi đau của dân tộc đã khảy lên những khúc nhạc, viết nên những lời ca, từ nhẹ nhàng lãng mạn ca tụng tình yêu, tới mạnh mẽ hùng tráng cổ vũ lòng yêu nước, từ bâng khuâng chia sẻ tâm trạng thanh niên thời chinh chiến tới khắc khoải hoài nghi một kiếp nhân sinh.

Ba anh em bước vào tiệm tìm mua hai xấp bao lì xì, và một số nhang đèn cúng Tết. Xong anh Hiển nói,

- Bây giờ mình còn phải mua bào ngư nữa.

Minh ngạc nhiên hỏi,

- Chi vậy anh?

- Mấy bà nội tướng nhức đầu mấy ngày nay không biết phải nấu món gì.

- Thì Tết nhứt cứ thịt kho, dưa giá, được rồi.

- Mấy bả sợ người Canada chê. Vả lại không biết người ta chịu nổi mùi nước mắm của mình không.

- Ờ cũng có lý, mặc dù tôi đã từng thấy Mỹ ở Việt Nam húp nước mắm rột rột, nhưng cũng có tên bụm mũi kêu trời, không chịu nổi cái mùi đó. Vậy mấy bả tính sao.

- Mấy bả cũng đồng ý là các món truyền thống thì ít nhiều gì cũng phải ráng làm cho có. Ngoài dưa giá ăn với thịt kho, còn có món gỏi tôm. Nhưng mấy bả vẫn cảm thấy mình cần có món ăn coi được để đãi khách ngoại quốc. May có chị Bảy biết làm bào ngư, nên đề nghị món cải bào ngư.

- Món này ăn Tết chưa nghe qua à nha.

- Miễn món đắt tiền là được rồi. Ông Cha Swanson cho 50 đô-la ăn Tết, biết xài sao cho hết. Nếu chỉ nấu thịt kho, sợ không đủ nồi để nấu.

- Ờ, ai cũng chân ướt chân ráo mới tới đây, làm được món nào hay món nấy.

- Đúng rồi. Bà Hai thì ước gì có đủ đồ nghề để bả trổ tài nấu bánh chưng. Nhưng nội cái lá chuối thôi tìm đâu ra. Vợ tui bắt tui đi kiếm bánh tráng cho bả chiên chả giò, hay cuốn gỏi cuốn gì đó. Cũng chịu thua luôn.

Mua xong hai hộp bào ngư, ba anh em trở ra xe chạy đi mua hai tờ giấy áp-phích, bề khổ rộng gần nửa thước tây để vẽ hình Rồng và viết mấy chữ Mừng Tết Bính Thìn trang hoàng cho phòng tiệc tạo không khí Tết.

Về tới nhà anh Hiển, mọi người ngồi bẹp trên sàn nhà quanh bàn tiếp khách (coffee table), trang bị với hai hộp màu sáp của cháu Tèo con anh Hiển, xăn tay áo lên ra tài họa sĩ. Tuất được khen viết chữ đẹp và giao cho tấm bích chương màu đỏ để viết mấy chữ mừng Tết. Anh Minh với anh Hiển phụ trách vẽ Rồng trên tấm bích chương trắng, dựa trên hình mẫu mà Anh Hiển đã thủ sẵn. Đó là hình minh họa cho một bài báo nói về Tết đăng trên nhựt báo Free Press.

Xong xuôi, ba anh em giơ hai tấm áp-phích lên, nhìn tới nhìn lui, nhìn ngang nhìn dọc. Anh Minh nói:

- Sao không giống Tết lắm.

Anh Minh đồng ý,

- Phải chi mình mua hai tấm màu đỏ hết, chắc giống Tết hơn.

Tuất chợt kêu lên:

- Em biết rồi. Chắc tại thiếu dưa hấu đỏ.

Anh Minh cười hề hề:

- Thằng này có lý à nha. Vậy năm nay mình cho Rồng ăn dưa hấu đi.

'Chơi luôn', nói xong anh Minh đã cầm cây màu sáp đỏ lên, chỉ tay vào hình con rồng, hỏi ý kiến anh Hiển,

- Anh coi mình nên thêm dưa hấu vô chỗ nào cho hay.

Tuất ôm bụng cười lăn dưới sàn,

- Hồi nào giờ em chưa thấy rồng ăn dưa hấu à nha.

Minh vỗ trán kêu lên,

- Tại sao mình có thể quên được ta. Phải có pháo nổ nữa mới được. Thay vì pháo múa lân, mình chơi pháo múa rồng.

Vậy là con Rồng 1976 vừa ăn dưa hấu vừa né… xác pháo đỏ. Nhưng anh em vẫn chưa hài lòng lắm. Sau khi ực hết lon Coca Cola, anh Hiển vỗ đùi cái bốp, kêu lên, 'Biết rồi mấy ông ơi.'

- Tuất, tới phiên mầy. Lấy cây màu sáp vàng thêm đầy bông mai vàng vô hai tấm hình cho tao.

Tuất xăng xái ra tay. Anh Hiển cười khoái chí. Anh Minh ngồi lặng người, nhướng mắt ngắm hai tuyệt tác phẩm hội họa một lúc rồi gật gù phán,

- Bây giờ mới ra Tết đó!

Lo xong hai tấm bích chương, anh Hiển nhướng mắt nhìn anh Minh:

- Anh Minh ơi, còn chuyện này muốn bàn với anh.

- Chuyện gì vậy anh?

- Trong bài báo về Tết này, họ gọi đó là Tết người Hoa. Anh thấy sao.

- Tôi nghe nói người Hoa đến Canada sớm lắm. Ít ra là từ gần cuối thế kỷ 19. Họ đến tập thể, nghe nói đông lắm, để làm công nhân xây đường rầy xe lửa. Có lẽ vì người Canada từng thấy cảnh họ ăn Tết từ thời đó tới nay, nên quen gọi như vậy.

- Nhưng bây giờ có mình ở đây họ đâu có thể nói như vậy được.

- Nước mình có một chút xíu bên kia đại dương ai mà để ý.

- Có à nha. Tôi nhớ trên báo chí Mỹ luôn gọi cái vụ Tết Mậu Thân là 'Tet Offensive' (Cuộc tấn công vào ngày Tết).

- Ờ, anh nói đúng. Và dù cho người ta chưa biết, thì mình cũng nên nói ra cho người ta biết.

- Hoàn toàn đồng ý. Vậy tiện đây mình thảo luôn một lá thư độc giả gởi cho nhà báo.

Một tiếng đồng hồ sau hai anh em soạn xong bản thảo, anh Hiển bắt đầu gõ lọc cọc trên bàn đánh máy một bức thư, đề nghị với báo Free Press trong tương lai gọi Tết là Ngày Đầu Năm Âm Lịch (Lunar New Year), bởi vì đó là ngày Tết chung của một số dân Á Châu, trong đó có người Việt.

Cái Tết đầu tiên của người Việt tha hương sau 1975 rồi cũng đến trong nỗi bồi hồi nhớ nhà, sau nhiều ngày bồn chồn mong đợi mà không hẳn biết đợi ai, đợi cái gì. Đợi ngày về phép của anh lính trận? Đợi buổi gia đình đoàn tụ, quay quần bên ông bà, khoanh tay mừng tuổi? Đợi bao lì xì đỏ? Đợi bộ quần áo mới? Đợi tiếng pháo nổ, ra trước bàn thiên ngoài sân nhà thắp nhang cúng Giao thừa? Đợi buổi gầy sòng bài cào với mấy đứa em? Hay chỉ đợi những ngày trong lòng thơi thả, không lo không nghĩ, kẽo kẹt đạp xe đi thăm thầy, thăm cô, thăm bạn thăm bè?

Làm gì còn những cánh bướm mùa Xuân để mơ để tưởng. Làm gì còn đêm giao thừa ngồi gấp những tờ giấy bạc một đồng, hai đồng, theo hình cánh bướm, máng trên cành mai vàng chưng trên bàn thờ, phía sau bộ lư đồng bóng loáng, bên mâm trái cây, bên quả dưa hấu. Mùa Xuân ở đây chợt xuất hiện trong cái sảnh nhỏ ở dưới hầm nhà thờ. Tết ở đây chợt đến qua buổi gặp gỡ đồng hương, được líu lo tiếng Việt cho đã thèm.

Không khí Tết ở đây là những thứ treo hoa kết tụi, nào bong bóng đỏ, bong bóng xanh, nào giấy màu rực rỡ bủa giăng khắp trần mà ông Cha Swanson đã chu đáo cho người trang hoàng mừng Tết với cộng đồng. Thêm vào đó là hai bích chương chủ đề do anh Hưởng mang tới, dán vào tấm bảng xanh đặt ở cuối phòng. Ngoài ra, dưới sự nhiệt tình hướng dẫn của Cha Swanson mọi người còn hợp ca bản Kumbaya vinh danh Chúa Trời. Thật ra là chỉ hát bè vuốt đuôi, Cùm-ba-dá … Cúm-ba-da….

Sau đó ông Cha hoan hỉ đón nhận vai trò gia trưởng phát bao lì xì cho các cháu nhỏ, mà thật ra tính theo tuổi tác ông cũng rất xứng đáng là ông nội, ông ngoại của chúng. Nhiều bao lì xì cũng được gởi tặng con em trong gia đình các thiện nguyện viên bản xứ đã phụ tổ chức cái Tết đầu tiên cho cộng đồng.

Tiệc tùng xong bác Quý, một cao niên trong cộng đồng, tình nguyện đứng lên điều khiển chương trình chơi câu đối truyền thống ngày Tết. Ai cũng khen cụ văn chương chữ nghĩa một bụng, lại ăn nói hoạt bát và… có duyên. Câu đối mà cụ bảo là bất hủ, và chưa có đối thủ suốt mấy mươi năm qua là:

Thế Lữ mừng xuân hai thứ lễ;
Một quả lê ta, một quả lê tây.

Thế Lữ là một nhà thơ, nhà văn xuất chúng từ thập niên 30, còn có tên là Nguyễn Thứ Lễ, với bút hiệu Lê Ta ('Ta' được hiểu theo nghĩa là cái ngã của con người. Vậy Lê Ta còn là Lê thêm dấu ngã thành Lễ). Tuất, đứa trẻ người non dạ, lại hiếu thắng đâu dễ chịu thua, đã giơ tay lên xin phép được ra câu đối đáp. Nó nói:

Tượng lo cúng dường hai lọ tương;
Một lọ tương nặng, một lọ tương nhẹ.

Tuất giải thích, 'lọ tương' là tiếng lái của 'tượng lo'. Còn 'tương nặng' dĩ nhiên là 'tượng' rồi. Bà con có dịp cười thỏa thích. Tuất lại xin phép bác Quý được đưa ra một câu đối khác. Mọi người hồi hộp lắng nghe. Tuất đọc,

Công chúa gặp hai chúa công,
Một người "chống", một người "cua".

Cả sảnh đường bà con ôm bụng cười lăn cười bò. Bao nhiêu phiền muộn biến đâu mất, vui vẻ ra về. Người khoác măng-tô, kẻ trùm parka, người mang giày ống, kẻ mang ủng, hiên ngang bước vào màn đêm vô định bên ngoài, đối diện với thực tế 20 độ âm Celsius, lội bộ trên tuyết suốt mười, mười lăm, hai chục phút trước khi tới nhà. Năm mới đã bắt đầu, và năm mới phải bắt đầu. Vì bản thân, vì con cái, vì người thân còn lại ở quê nhà, mỗi người một tâm trạng.

9. Câu cá nước đá

Nhân sanh ra và lớn lên giữa bốn bề sông nước miền Tây nên không lạ gì với thú câu cá bắt tôm, nhưng vào mùa đông đầu tiên sống ở Gia-Nã-Đại, khi nghe anh Steve, bạn cùng sở, rủ đi 'Ice Fishing' vào dịp cuối tuần, Nhân cảm thấy hoang mang không biết có phải Steve đang rủ mình đi câu cá hay không. Rõ ràng 'Fishing' là câu cá, nhưng 'Ice' lại là nước đá. Dù mới tới đây chưa đầy năm tháng, ngôn ngữ xứ người chưa thông, nhưng Nhân nghĩ mình đã không nghe lầm hai từ tiếng Anh này. Vậy thì 'Nước đá Câu cá' là gì? Hay theo thuật ngữ tiếng Anh mà Nhân học được ở trại tị nạn là phải hiểu ngược lại thành 'Câu cá nước đá?'

Nhân không phải chờ đợi lâu cho câu trả lời. Mấy ngày làm việc ở xưởng lắp ráp máy cày ở Saskatchewan theo lịch trình làm việc không hở tay kiểu Bắc Mỹ nhanh chóng trôi qua. Sáng thứ Bảy, đúng hẹn, 11 giờ trưa Steve đã lái chiếc xe truck (loại bán tải) chở đứa con trai mười lăm tuổi mang mái tóc bạch kim óng ánh tới trước cửa nhà trọ rước Nhân. Bước tới gần xe, trước khi với tay mở cửa, Nhân để ý thấy ba cái cần câu chất trong thùng xe ở phía sau. 'Vậy là đi câu cá thiệt,' Nhân thầm nghĩ. Xe ra tới xa lộ thì bên ngoài bốn bề chói chang tuyết trắng, chỉ chừa mặt nhựa đen trên con đường thẳng tắp trải dài trước mắt. Một bên đường là mặt tuyết trắng phẳng lỳ, mênh mông, lấp lánh trên cánh đồng bắp ngày nào. Bên kia đường là rừng thông trĩu nặng những cụm tuyết trắng đầy cành. Thấp bên vệ đường từng là các bụi dâu rừng đầy trái tím, mà mỗi lần trên đường đi làm về các bạn cùng sở của Nhân thường ghé qua hái đem về nhà ăn, bây giờ chỉ nhấp nhô những gò tuyết, ụ tuyết, đồi tuyết, lớn nhỏ có khác nhau nhưng đều khoác trên mình chiếc thảm mùa đông trắng toát một màu thiên nhiên tinh khiết.

Steve cho xe chạy chậm lại rồi rẽ phải vào con đường dẫn tới hồ Cây Thông nơi mà vài tháng trước Nhân đã có dịp đến trong một chuyến đi dã ngoại. Hồ nằm cách đường cái khoảng bốn trăm thước, khuất phía sau rặng thông già cao ngất ngưởng, bên dưới dày đặc những bụi cỏ, lùm cây cao khỏi đầu người, chen chút, bám víu nhau, che chắn cho hồ, làm tăng nét hoang dã và tĩnh mịch của nơi này. Lúc đó trời vào cuối thu, ngoài những cây thông xanh rì muôn thuở, các cành lá khác bên dưới đã ngã sang màu vàng, màu tím, hay ửng đỏ dưới ánh mặt trời. Nhìn kỹ còn thấy những chấm xanh thẫm của mấy trái việt quất mà mấy chú gấu mẹ gấu con ăn không hết còn sót lại trên cành. Trên mặt hồ phẳng lặng, đâu đó trôi nổi vài chiếc lá vàng, tạo thêm phần thơ mộng. Tình cờ một cơn gió thoảng qua, vài chiếc lá lìa cành, lảng đảng bay trên mặt hồ, gợi nhớ mấy câu thơ Thu điếu của Nguyễn Khuyến mà thầy Văn lớp đệ Ngũ đã bắt bọn Nhân học thuộc lòng, và bỗng phát lên thành tiếng từ lúc nào không hay:

'Ao thu lạnh lẽo nước trong veo,
Một chiếc thuyền câu bé tẻo teo.
Sóng biếc theo làn hơi gợn tí,
Lá vàng trước gió sẽ đưa vèo.'

Dù nơi này không có chiếc thuyền câu bé tẻo teo, nhưng cũng sóng biếc theo làn hơi gợn tí, và cũng đủ tĩnh lặng để nghe được tiếng lá đưa vèo đâu đó. 'Đây rồi, chúng ta đã đến nơi mà chúng ta muốn đến!' Lời tuyên bố dõng dạc với giọng điệu pha trò cố hữu của Steve đã kéo Nhân về thực tại. Trước mắt Nhân dù không còn một vết tích nào của nước trong, sóng gợn trên mặt hồ của mùa thu vừa qua, nhưng dựa vào vị trí của hàng thông già bên này bờ hồ và ngọn đồi thoai thoải nhô lên ở phía bên kia bờ, Nhân cũng có thể định hình được vị trí của hồ, giữa đồng tuyết mênh mông. Nhìn đâu cũng chỉ thấy tuyết. Toàn là tuyết. Chói chang một màu tuyết trắng.

Nhìn lại thấy cha con Steve đang khệ nệ chuyển một vật gì từ trên xe xuống, mà không phải là mấy cây cần câu. Nhìn kỹ hơn, Nhân mới vỡ lẽ. Đó là một cái khoan tay. Té ra 'Ice Fishing' là vậy. Sau vài tuần vào đông, dưới lớp tuyết phủ bên trên, mặt hồ đã đóng băng, có nơi dày gần nửa thước tây. Nhưng cá vẫn sống được ở bên dưới. Muốn câu cá người ta chỉ cần khoan một lỗ hổng xuyên qua băng rộng độ hơn một gang tay là đủ, để thả mồi xuống sâu dưới nước, có khi gần tới đáy hồ, rồi xúm nhau ngồi tán ngẫu, chờ cá cắn câu!

May mà băng đóng không dày lắm, chưa đầy hai tấc, nên chẳng bao lâu ba cái hố câu nằm rải rác trên hồ đã được khoan xong, Steve lịch sự nhường cho Nhân chọn cần câu trước, và vỗ vai Nhân cổ vũ thi đua xem ai câu được nhiều cá hơn. Giữa ba cần câu mang theo thật không có gì khác nhau lắm, chúng đều như những cái que ốm tong, nhỏ xíu. So với mấy cây cần câu trúc ở quê nhà, dài thường thượt gấp đôi gấp ba lần, thì đây chỉ đáng gọi là loại cần 'tâm xỉa răng' thôi, Nhân mỉm cười trong ý nghĩ đó. Thấy có hai cần màu xanh và một cần màu đỏ, Nhân chọn màu xanh. Cố ý để cho cha con Steve có được một sự chọn lựa giữa xanh và đỏ. Nhân vừa nhặt cây cần câu lên, chưa kịp lui ra phía sau, thì cha con anh Steve đã nhảy bổ vào giành giựt cái cần xanh còn lại cho bằng được.

- Con trước !

- Ba trước !

Hai cha con đùa giỡn, dằn co, người nào cũng muốn chiếm hữu cái cần màu xanh. 'Phải chi biết trước cha con họ thích màu xanh đến độ này, mình đã để lại cây cần câu xanh cho họ,' Nhân nghĩ bụng. Sau cùng thì Steve cũng đã nhường cho con. Vói tay nhặt cái cần đỏ lên, Steve đến bên cạnh Nhân giải thích, con anh rất thích miếng mồi bên cây cần màu xanh đó. Nó tin miếng mồi đó hên, giúp nó bắt được nhiều cá, Nhân loáng thoáng hiểu ý Steve muốn nói như vậy. Té ra họ giành nhau vì mồi, chứ không phải vì màu! Từng là một dân câu lục tỉnh dĩ nhiên Nhân hiểu được điều đó. Ở dưới quê Nhân ai đi câu mà không biết mồi là quan trọng, câu loại cá nào thì móc loại mồi cho cá đó. Mồi trùng để câu cấm bắt cá trê, mồi nhái câu rê bắt cá lóc, còn mồi cơm mốc thì dành để câu phao bắt cá sặc. Bằng không thì chọc ổ kiến trên mấy cây ổi cho trứng kiến rớt xuống đất, rồi lượm lên, móc mồi đem câu, là bảo đảm trên mâm cơm ngày hôm đó có món cá sặc chiên giằm mắm ớt ngon lành. Hay ít ra cũng một tô cá sặc nấu canh bầu ngọt sớt.

Nhân bèn dõi mắt xuống cuối sợi dây câu của mình, để coi có mồi chưa. Lạ quá, mồi đã được gắn sẵn, nhưng là mồi giả. Đó chỉ là một miếng thiết sáng lấp lánh, có hình dạng hao hao giống con cá lòng tong, phía sau đuôi lại treo tòn ten một cái lưỡi câu to bằng đầu ngón tay. Nhân không tài nào hiểu nỗi. Bộ cá Canada mù hết sao mà đớp loại mồi này. Chẳng những mồi đã quá giả tạo, lại khoe ra cái lưỡi câu nhọn quắc, sáng ngời giữa thanh thiên bạch nhựt! Ở dưới xứ Nhân, người ta chỉ dùng mồi sống, và sau khi móc mồi còn cẩn thận ngắt một cọng cỏ, cắm vào đầu nhọn của lưỡi câu để ngụy trang. Thậm chí, vào nhưng buổi chiều khi muốn rủ nhau đi cắm câu bên bờ mương, bạn bè cũng chỉ nói bóng nói gió hay ra ám hiệu với nhau thôi, chứ không dám lên tiếng nói huỵch toẹt là sẽ đi cắm câu, sợ "vía cá" nghe được, đêm đó chúng sẽ trốn mất tiêu hết.

Tò mò nhìn sang miếng mồi ruột của con anh Steve, Nhân thấy càng hởi ơi. Nó chỉ là một miếng nhựa hình ống, màu xanh lá cây, có gắn một cập mắt thồ lộ như mắt ếch, sơn trắng toát với một chấm đen ở giữa, trông giống như một món đồ chơi của trẻ con. Nhưng lủng lẳng treo ở phía đuôi, không phải chỉ có một, mà là ba cái lưỡi câu dữ dằn, đâu lưng vào nhau, nhe nanh nhọn quắc ra ba hướng. Vậy mà cá cũng cắn câu, thiệt sao! Nhân còn đang thắc mắc đã thấy Steve phanh chiếc ghế xếp ra ngồi bên miệng hố câu của anh ta, bắt đầu chăm chú thả mồi, và tuyên bố cuộc thi câu cá bắt đầu.

Con của Steve và Nhân mạnh ai nấy hối hả kéo đến hố câu của mình, bắt ghế ngồi thả dây câu trổ tài. Steve thủ cần câu trong tay trong tư thế chờ đợi. Đăm chiêu. Steve dõi mắt nhìn ra xa, cả một không gian yên tịnh, không một bóng người khuấy động mặt tuyết trinh nguyên. Ngửa mặt lên cao, quay về hướng mặt trời như để hứng cho được trọn vẹn từng giọt nắng ấm từ nguồn cội, từ thiên thể của những thiên thể, Steve buột miệng kêu lên sảng khoái:

- Tuyệt vời, không còn gì hơn!

Cùng lúc con của Steve reo mừng:

- Tôi được rồi, tôi được rồi !

Quả là mồi của thằng bé này lợi hại thiệt, Nhân thầm nghĩ. Nó đã câu dính một con Northen Pike, mà người mình gọi là Cá Chó Bắc Cực, thịt khá ngon nhưng có dáng vẻ cổ đại vì cái đầu sần sùi dẹp lép như đầu cá sấu con, mà người giàu tưởng tượng cho là giống đầu chó. Thân cá hình ống, dài đòn, có màu xanh ô-liu, lấm chấm những đốm màu vàng lợt, y như con lương bông! Loài cá này rất hung hãn, và Steve có cả kinh nghiệm cá nhân để dẫn chứng. Trong một chuyến đi câu vào mùa hè vài năm trước, Steve kể, anh đang đứng trên một tảng đá bên bờ sông, lơ đễnh nhìn trời nhìn mây, lập đi lập lại một động tác, quăng mồi ra xa gần giữa sông, rồi kéo mồi về. Quăng ra kéo vào …. tới một lần sau khi kéo mồi vào tới kế bên chân, Steve vừa nhấc mồi ra khỏi mặt nước, thình lình một con Cá Chó từ đâu phóng tới, lao theo con mồi đang ở trong không.

Steve mở hộp đồ nghề, lấy cái kềm dài cán để phụ con gỡ lưỡi câu ra khỏi cái miệng lỏm chỏm hai hàm răng bén nhọn. Sau khi hai cha con trầm trồ chiến lợi phẩm đã thèm, Steve thả con cá trở xuống hồ. Cha con Steve không bắt cá để ăn, mà coi trò bắt cá là một môn thể thao giải trí. Nhân thảng thốt, lần đầu tiên nghe có trò chơi như vậy, mà không khỏi cảm thấy tiếc, 'Con cá đó mà nướng trui lên ăn là hết sảy.' Sau mấy phút phấn khởi đứng ngồi không yên, con của Steve đã bắt đầu kêu đói. Mọi người kéo ghế ngồi quay quần bên hố câu của Steve để ăn trưa. Steve trao cho mỗi người một cái dĩa giấy nhỏ, trên đó có ba thỏi phó-mát, vài cọng cần tây và mấy củ cà-rốt bé tí bằng ngón tay út. Vài phút sau anh lôi từ trong ba-lô ra một hộp sửa tươi cho con anh và một chai rượu vang đỏ với hai ly bằng nhựa. Quay sang Nhân anh nheo mắt nói, 'Mình cần thứ này để giữ cho cơ thể ấm, đó là chưa kể việc nó cũng bắt với món phó-mát lắm'.

Nhân nhìn dĩa đồ ăn, thầm nghĩ thôi thì người ta làm sao mình làm vậy, chứ ăn uống gì mà khổ quá! Trong lòng Nhân lúc này lại thấy tiếc đã mất dịp ăn một buổi cá nướng, hay ít ra cũng một bữa cá Chó nấu ngót gì đó. Cha con Steve huyên thiên nhắc lại những pha gây cấn hồi hộp trong trận hockey (băng cầu) trên tivi tối qua. Đó là một trò chơi trên băng, gồm hai đội mỗi bên dùng gậy cố đánh một cái dĩa tròn khá nặng vào khung thành của đội bên kia. Vì dĩa màu đen và lớn chỉ bằng lòng bàn tay người lớn nên rất khó theo dõi trên TV. Nhân không thể hiểu được vì sao nó có thể trở thành một trò chơi có tánh quốc hồn quốc tuý của xứ này.

Nhìn xuống dĩa ăn thấy còn một cọng cần tây già mà Nhân đã định vức đi, Nhân bổng nhặt lên, cho vào miệng. Nhân nha. Lơ đảng nhìn lên bầu trời cao, một gợn mây lẻ loi đang kéo đến từ một nơi xa xâm nào đó. Thiệt xa. Văng vẳng vọng về bên tai Nhân dư âm thời thơ ấu:

- Bà nội coi con ăn hết cơm rồi nè.

- Ừ, cháu tui giỏi quá !

Bên cạnh, cha con Steve mãi mê ôn lại những kỷ niệm trong chuyến săn nai ở cánh rừng kế bên từ mấy tháng trước.

10. Nước trôi cuốn áo bà ba

Mấy lúc sau này, mỗi lần có dịp coi những hình ảnh "ngựa xe như nước áo quần như nêm" tại Việt Nam ngày nay, thấy thiếu vắng hẳn bóng dáng những tà áo dài quen thuộc dạo nào trên đường phố thân thương, tôi thường chạnh nhớ tới một dòng sông.

Số là như vầy. Tuy tôi sanh ra và lớn lên trong một vùng mà bốn bề đều là sông rạch, nhưng chuyện bơi lội đối với tôi không được tự nhiên như cá với nước, hay êm ả như đò qua sông. Nó bắt đầu từ ngày mẹ tôi cho tôi theo học lội với ông Sáu. Ông đã ngoài lục tuần, răng cỏ không còn mấy cái, nhưng thịt da rám nắng như đồng đen. Giọng nói của ông tuy hơi khàn, vì được tẩm rượu đế lâu năm, nhưng hơi nói rất mạnh. Nhờ ông có phổi to, nhiều người tin như vậy. Vào mỗi dịp khai giảng lớp lội, ông thường biểu diễn một đường lặn ngoạn mục cho cha mẹ học trò coi. Không ai canh đồng hồ để biết ông lặn được bao lâu. Chỉ biết là từ khi ông hụp xuống dưới mặt nước đến khi bắt đầu có những tiếng xì xầm lo âu trong đám đông trên bờ thì cũng đã khá lâu. Nhưng bà con lại phải nín thở chờ thêm một chặp nữa, trước khi bất ngờ thấy ông trồi lên ở tuốt ngoài giữa sông. Bà con thán phục quá xá, và cảm thấy an tâm hơn khi giao con em họ cho ông dạy lội.

Không những ông có thừa tay nghề, ông còn hành nghề rất có bài bản, quy củ. Ngày đầu học lội với ông, trước khi xuống nước, học trò phải làm lễ "nhập môn" đàng hoàng. Phải bái tổ, và khấn vái người khuất mặt khuất mày trước một mâm cơm cúng, có đủ nhang đèn, rượu thịt, bày trên sân cỏ bên bờ sông. Cúng tế xong, ông rảy gạo muối dọc theo bờ sông, trước khi cho đám học trò chia nhau những phần cúng để ăn. Phần ông Sáu thì không quên nốc một chung để cho ấm bụng trước khi xuống nước.

Sau mấy ngày đầu nhát nước, một lũ con trai đệ tử ông Sáu bắt đầu thấy thoải mái, chạy giỡn như giặc, từ trên bờ xuống tới dưới nước. Tội cho ông Sáu cứ phải dáo dác đông tây, vừa tập lội cho đứa này, vừa phải dòm chừng mấy đứa khác. Nhưng cuộc vui nào lại không chóng tàn. Được vài tuần thoải mái, thì đùng một hôm ông giới thiệu một người học trò mới, cô láng giềng của tôi. Thiệt tình, con gái chuyên môn phá đám! Ở trường học, con gái, con trai cũng học riêng, mà cô đến đây làm gì, tôi và mấy đứa con trai nghĩ bụng. Ai mà học chung với con gái. Con gái kỳ cục, đi học có xách chổi theo để quét lớp. Chiều về còn xách cặp cho cô giáo nữa chứ. Có khi còn đem khăn trải bàn viết của cô về nhà giặt. Chuỗi ngày học lội cuả tôi đã trở nên một cực hình từ đó. Đừng nghi oan cho tôi là chắc còn một lý do tìm ẩn nào khác để giải thích nỗi khổ cuả tôi và đám con trai. Tâm trạng chúng tôi lúc đó thế nào, không ăn nhập gì tới chuyện cô láng giềng, nhờ đã học lội một khoá trước chúng tôi nên được ông Sáu thường kêu cô ra lội "biểu diễn" cho đám con trai tụi tôi coi để bắt chước! Tôi ghét "tắm sông" từ đó.

May mà thời gian quả là một liều thuốc quý như ông bà mình vẫn thường nói. Mặc dầu nhà nàng ở ... gần cạnh nhà tôi, nhưng trước ngày học lội tôi chưa bao giờ để ý đến nàng. Sau mấy tuần học lội, tôi cũng chẳng để ý gì hơn. Chỉ có điều là, trong những ngày tháng sau đó, mỗi sáng tôi thích đứng bên rào, ngắm cảnh con đường trước nhà bừng dậy trong nắng sớm. Nhộn nhịp kẻ qua người lại. Người xách giỏ đi chợ, kẻ đạp xe đi làm, học trò ôm cặp đi học. Nếu tình cờ trong số đó có cô láng giềng đang tò tò theo mẹ nàng đi chợ, bẽn lẽn nhìn tôi nhoẻn miệng cười, thì bất quá tôi cũng chỉ cảm thấy như mặt trời mọc lần thứ hai trong ngày thôi. Bao nhiêu ác cảm mà tôi có với sông, cứ theo cái đà đó mà tiêu tan theo làn sương mỏng trong nắng mai, chỉ để lại ...một nỗi nhớ sông vời vợi. Nhớ chiếc áo cánh khỉ khọt, lất phất theo từng bước tung tăng cuả ai đó bên bờ sông trong những ngày còn học lội, mà giờ đây đã được thay bằng chiếc áo bà ba trắng, thẳng tắp, thon thả, e ấp bên mẹ.

Có lẽ vì vậy mà sau đó không lâu, tôi lại thích "tắm sông". Chiều chiều, chờ nước lớn, thả bộ ra sông để "tắm" đã trở thành một nguồn vui nho nhỏ mà tôi chờ đợi suốt ngày. Nói là "tắm sông", thật ra là bơi lội, chơi giỡn dưới nước với đám con nít trong xóm. Tôi đã ghiền tắm sông có thể vì nhớ cái bẹ dừa, cái thân chuối mà chúng tôi thường giành giựt để ôm làm phao, dù đã không cần phao nữa. Cũng có thể vì tôi nhớ trò chơi tôm tép (để nắm tay dưới nước, bóp chặt thật nhanh để nước thoát ra ở khoảng trống giữa ngón cái và ngón trỏ, nếu có được một vòi nước bắn lên cao thì đó là tôm, ngược lại là tép), hay đơn giản vì tôi ghiền hơi hướng của nước sông. Ghiền ngụp lặn dưới nước, để cho nước sông mơn man tóc tai mặt mày, nước thấm ướt từng tế bào trên cơ thể, làm mát da mát thịt. Sau khi trồi lên khỏi mặt nước rồi, mà nước vẫn vấn vương trên tóc, tràn xuống mặt, phải lau vội để bắt lại hơi thở đầu tiên trong cảm giác sảng khoái tột cùng.

Có ngày hứng chí mấy đứa nhỏ rủ nhau lội từ bờ sông bên này qua bờ bên kia chơi, nhưng vì là một khúc sông rộng nên thường phải đợi lúc có đò đưa người sang sông mới lội cập theo cho chắc ăn. Nếu rủi bị đuối sức hay "dọp bẻ" giữa chừng thì có thể bám theo đò, hay có người thấy mà cứu cho. Trên đường từ nhà tôi ra bờ sông dĩ nhiên tôi phải đi ngang nhà cô láng giềng. Nhưng điều đó cũng không ăn nhập gì tới chuyện tôi thích tắm sông. Vì họa hoằn hôm nào gặp được nàng đang tựa cửa trước nhà, ban cho tôi một ánh mắt thân thiện, một nụ cười chúm chím, thì cùng lắm ngày hôm ấy tôi cũng chỉ cảm thấy hăng hái hơn đôi chút, dại khờ hơn đôi chút thôi. Đủ để quên đi những dè dặt cố hữu, một mình lội một mạch qua sông mà không cần chờ đò. Ôi, sức mạnh của ... sông !

Trải qua bao nước chảy qua cầu, bước vào trung học, hình ảnh chiếc áo bà ba dần dà được thay bằng những nét đặc thù của chiếc áo dài trắng, choàng trên tấm thân dong dỏng, lúc nào như cũng lướt trong gió, kéo theo tà áo thướt tha phía sau, mà tôi có thể nhận diện được từ đàng xa, rất xa, từ dưới chân cầu ở ngoài đầu ngõ. Mỗi lần tình cờ ngồi trên lan can phía trước nhà gặp "chiếc áo dài" đi học về, ban cho tôi một nụ cười chào hỏi, cũng đủ làm cho tim tôi rộn ràng. Nhưng lạ một điều là đôi khi trái tim dường như có thể biết trước, nên đã rộn ràng báo hiệu trước khi ánh mắt tôi bắt gặp hình ảnh chiếc áo dài đó.

Nhưng sông nào rồi cũng có khúc rẽ. Chẳng bao lâu sau, vào một buổi trưa nhàn rỗi, đứng bên hè nhà, dưới bóng mát cây ổi, tôi đang với tay hái một trái ổi ngon để ăn cho đỡ ghiền. Chợt có một cảm giác là lạ bắt tôi nhìn ra con đường ở phía trước nhà. Tôi chưng hửng. Thì ra đó là cô láng giềng, đang xúng xính trong bộ đồ đầm đầu đời. Một chiếc áo trắng lấm chấm bông đỏ dài tới gối. Một cảm giác mất mát bao trùm. Tôi cảm thấy có cái gì nghèn nghẹn ở cổ. Tôi thấy cay cay ở khoé mắt. Tôi đã khóc. Khóc cho sự ra đi không một lời từ giã cuả chiếc áo dài. Chứ không phải vì lúc đó tôi nhìn lại tấm thân trần trùng trục cuả mình, với vỏn vẹn có cái quần sà-lỏn đen che thân mà ứa nước mắt, nghĩ đền thân phận chàng ngốc bán than. May mà trái ổi trong tay tôi còn chua, chưa chín mềm, bằng không chắc nó cũng đã chịu chung số phận trái cam của Trần Quốc Toản rồi.

Từ đó mỗi chiều người trong xóm không còn thấy tôi lai vãng bên bờ sông nữa. Tôi bận tập tành làm thơ giải sầu.

"Quen chị từ thuở tắm sông,

Bà ba, chân đất, chạy rong khắp bờ."

Ừm, chưa được lắm, còn hơi con cóc quá.

"Nước ròng nước lớn hững hờ,

Mấy trăng chị đã biết mơ áo dài."

Lãng mạn quá !

"Bàng hoàng sông cạn giữa dòng,

Ngỡ ngàng ai đó thong dong áo đầm."

Cay đắng quá !

"Nước trôi cuốn áo bà ba,

Cuốn theo hai vạt áo dài chị tôi."

Chơn chất hơn, nhưng e vẫn còn tối nghĩa. Lỗi ở mẹ tôi. Người dạy tôi phải gọi các bạn gái cùng trang lứa bằng 'Chị'!

Đại khái thì tôi cũng đã kể hết đầu đuôi lý do tại sao sự thiếu vắng bóng dáng của những chiếc áo dài trên đường phố Việt Nam ngày nay đã làm tôi liên tưởng đến một dòng sông. Nhưng thực tế hơn, đáng lẽ tôi nên hỏi, người ta có cần cắt ngắn hay đầm hoá chiếc áo dài để giải phóng phụ nữ, trên đường tiến tới một xã hội công nghiệp không. Dĩ nhiên có những giới hạn tuyệt đối của hai tà áo dài, như trong một môi trường xí nghiệp đầy máy móc cơ khí chẳng hạn. Nhưng có cần vứt bỏ toàn bộ giá trị chiếc áo dài trong xã hội không. Ngay như việc cúng quảy bên bờ sông của ông Sáu, dù có thể bị coi là một hình thức mê tín, nhưng cái "lễ" đó đã không đem lại cho ông Sáu ít nhiều hãnh diện nghề nghiệp, và nhắc nhở ông về chức năng và trách nhiệm của người thầy sao. Cũng như đối với đám học trò, nó đã mang lại ít nhiều ý niềm nghiêm túc cần thiết cho việc học hỏi (ngoại trừ những lúc tuổi trẻ bao giờ cũng là tuổi trẻ!).

Hình ảnh trang đài, kiêu sa của chiếc áo dài, mặc dù cũng chỉ là hình thức, nhưng ít nhiều đã là biểu tượng của những mẫu mực nhân phẩm của người phụ nữ. Khi chiếc áo dài lại được thế giới tuyên dương như một di sản của nhân loại, không đáng cho chúng ta càng trân quý hơn sao.

Mong cho hai tà áo dái thanh lịch sẽ mãi là biểu tượng của những đường tơ dệt nên tấm vải bản sắc chung của những đứa con của Mẹ Âu Cơ.

- Hết -

Chú thích

1. Ban Kích Động Nhạc AVT từ 1966 trở về sau gồm có các ca nhạc sĩ Lữ Liên (thay vì Anh Linh lúc bắt đầu thành lập), Vân Sơn và Tuấn Đăng.
2. "Bạch Đằng Giang"; Nhạc Lưu Hữu Phước, Lời Nguyễn Đình Nguyên.
3. "Khỏe Vì Nước"; Nhạc sĩ Hùng Lân.
4. "Hè Về"; Nhạc sĩ Hùng Lân.
5. "Nỗi Buồn Hoa Phượng"; Nhạc sĩ Thanh Sơn.
6. "Ly Rượu Mừng"; Nhạc sĩ Phạm Đình Chương.
7. "Ngày Hạnh Phúc"; Nhạc sĩ Lam Phương
8. "Ngụ Ngôn Mùa Đông"; Nhạc sĩ Trịnh Công Sơn
9. "Kỷ Vật Cho Em"; Nhạc sĩ Phạm Duy
10. "Người Vợ Không Bao Giờ Cưới"; Soạn giả Kiên Giang
11. "Tình Anh Bán Chiếu"; Soạn giả Viễn Châu
12. "Chinh Phụ Ngâm"; Đặng Trần Côn/Đoàn Thị Điểm.

Tác giả

Tăng Quyền Vinh
Ottawa, Canada.

Sách phát hành:

1. Bên Kia Bến Đỗ, 2021.
2. Đứa Con An Giang, 2022.
3. Lu nước ngọt, 2023.
4. Nails Tình Thương, 2023.
5. The Boy From An Giang: A Journey Through AI-Assisted Translation, 2023 (Under revision).
6. Tứ Quý (Truyện trích từ Bên Kia Bến Đỗ), 2023.
7. The Precious Quartet (Selected Tales from Bên Kia Bến Đỗ) (Translated from the Vietnamese title 'Tứ Quý'), 2024.
8. Compassionate Nails: A Journey of Love and Resilience (Translated from the Vietnamese title 'Nails Tình Thương'), 2024.
9. Đôi Dòng Sông Nước, 2024.

ISBN 978-1-7381921-6-8